IMMANUEL KANT

ON EDUCATION

BÀN VỀ GIÁO DỤC

Nông Duy Trường chuyển ngữ và chú thích

HỌC VIỆN CÔNG DÂN XUẤT BẢN

2025

Immanuel Kant – On Education

Bàn Về Giáo Dục

Nông Duy Trường chuyển ngữ và chú thích theo bản dịch Anh ngữ của Annette Churton

Published in the United States of America by ICEVN (Học Viện Công Dân)

Houston, Texas

Printed in the United States of America

Cover designed by Baotran Huynh

Kính dâng Mẹ và Hương linh Bố

Thương tặng Hiền nội

MỤC LỤC

Lời Nói đầu

Bàn về Giáo dục là tác phẩm duy nhất Immanuel Kant viết về giáo dục. Kant được hậu thế và học giới Tây phương công nhận là một triết gia lỗi lạc, đứng vào hàng các triết gia đã khai sáng ra triết học như Plato và Aristotle.

Bàn về Giáo dục không phải là một học thuyết về giáo dục mà Kant viết từ đầu đến cuối; đây là tuyển tập những ghi chú về những đề tài mà ông giảng dạy cho khoa sư phạm tại trường Đại học Konigsberg. Khi gần cuối đời, Kant uỷ thác cho một đệ tử tên là Theodore Rink thu thập toàn bộ những ghi chú của ông về các bài giảng về giáo dục và tuỳ nghi sử dụng khi ông qua đời.

Cũng giống như John Locke trong tác phẩm *Vài Suy nghĩ về giáo dục,*[1] Kant chú trọng đến tiến trình giáo dục trẻ em, nhưng khác với Locke, Kant bắt đầu từ trẻ sơ sinh cho đến tuổi thiếu niên. Giáo dục, theo Kant, gồm có: nuôi dưỡng, kỷ luật, giảng dạy, và rèn luyện đạo đức.

Bàn về Giáo dục gồm có sáu chương. Chương 1 là phần giới thiệu tổng quát về giáo dục. Chương 2

---

[1] Tác phẩm này đã đượ,c giáo sư Dương Văn Hoá chuyển ngữ và Học Viện Công Dân xuất bản năm 2009.

bàn về giáo dục thể chất. Trong chương này Kant bàn về cách nuôi dưỡng trẻ em từ sơ sinh nên được cho ăn uống ra sao để có thể hát triển cơ thể tốt nhất. Chương 3 bàn về phương pháp rèn luyện thể chất. Chương 4 chú trọng đến việc rèn luyện tâm trí cho trẻ em qua từng giai đạn trưởng thành. Chương 5 có lẽ là chương quan trọng nhất của tác phẩm, bàn về rèn luyện đạo đức. Trẻ em phải được tập để hành động và cư xử theo "châm ngôn", tức là những nguyên tắc đạo lý căn bản. Chương 6, cũng là chương cuối cùng, bàn về xây dựng một nền giáo dục thực tiễn. Giáo dục thực tiễn gồm có (1) kỹ năng, (2) sự khôn Ngoan, và (3) rèn luyện đạo đức.

Học Viện Công Dân xin trân trọng cám ơn giáo sư Nông Duy Trường đã nỗ lực hoàn thành dịch phẩm này, mặc dù đang có một số khó khan về sức khoẻ, đồng thời cũng cám ơn Bam Biên tập và các ông Lê Mộng Hùng, Dương Thanh Phong đã đọc, hiệu đính và nhuận sắc dịch phẩm này.

Học Viện Công Dân

Tháng 11, 2024

Lời Giới thiệu

IMMANUEL KANT

Thân Thế Và Sự Nghiệp

Thân thế

Có thể nói sau Plato và Aristotle, Immanuel Kant là triết gia có ảnh hưởng sâu rộng đến tất cả những triết gia Tây phương đời sau. Kant sinh ngày 22 tháng Tư năm 1724 tại thành phố Königsberg thuộc nước Phổ, nay là thành phố Kaliningrad thuộc nước Nga. Ông mất ngày 12 tháng Hai năm 1804, cũng tại Königsberg. Kant sinh ra trong một gia đình bình dân, thân phụ ông làm nghề đóng yên ngựa. Kant cho biết gia đình ông là hậu duệ của những di dân từ Scotland. Mẹ ông là một phụ nữ đảm đang và nổi tiếng là thông minh. Kant là người con thứ tư trong số chin người con, nhưng những anh chị của ông mất sớm và ông là người duy nhất trong gia đình được đi học.

Gia đình Kant là tín đồ thuần thành theo hệ phái Pietist của Giáo hội Lutheran. Những người theo phái Lutheran tin rằng tôn giáo thuộc về đời sống nội tâm và được thể hiện qua đời sống đơn sơ và tuân theo những quy luật đạo đức. Năm lên tám tuổi, Kant được theo học tại một trường của hệ phái Pietist do vị mục sư của Kant làm hiệu trưởng. Trường này dạy chương trình Latin. Tám năm rưỡi học tại đây đã tạo cho Kant sự yêu mến suốt đời những tác phẩm cổ điển Latin, đặc biệt là của Lucretius, một thi sĩ theo phái thiên nhiên.

Năm 16 tuổi, Kant theo học tại đại học Königsberg ngành thần học. Mặc dù học thần học và đôi khi ông cũng thuyết giảng về thần học, Kant lại đặc biệt yêu thích toán học và vật lý học. Kant có một giáo sư trẻ—từng là học trò của Christian Wolff, người đã hệ thống hoá triết học duy lý, và rất hâm mộ Issac Newton—hướng dẫn và ông bắt đầu nghiêu cứu về vật lý học của Newton. Năm 20 tuổi, Kant ấn hành cuốn sách đầu tiên có nhan đề *Những suy nghĩ về sự ước tính thực sự của các sinh lực*, trình bày một vấn đề liên quan đến động lực học.

Trong những năm học đại học, Kant đã quyết định trở thành một giáo sư đại học. Nhưng năm 1746 cha ông qua đời và ông cũng không xin được việc phụ giảng trong trường đại học, Kant đành phải ra ngoài tìm cách mưu sinh. Kant làm gia sư, dạy kèm cho con cái những gia đình giàu có; trong chín năm ông dạy cho ba gia đình. Ở trong môi trường trưởng giả này, Kant học được cách cư xử lịch thiệp của thành phần thượng lưu trong xã hội. Mãi đến năm 1755 Kant mới được nhận làm giảng viên (*Privatdozent*) bán thời gian, dạy khoảng 20 giờ một tuần. Kant dạy nhiều môn trong thời kỳ này như luận lý học, siêu hình học, toán học, và vật lý. Ngoài những chủ đề liên quan đến triết học theo trường phái Wolffian-Leibnizian, ông cũng giảng thêm tư tưởng của David Hume, một triết gia nổi tiếng của Anh cho sinh viên. Nhưng Jean-Jacques Rousseau mới là triết gia có ảnh hưởng sâu xa đến Kant, nhất là về phương diện giáo dục.

Kant là một người có kỷ luật tự giác cao độ, gần như khắc kỷ. Ông tuân theo thời khoá biểu do mình đặt ra đến mức tuyệt đối. Dân chúng Königsberg truyền tụng rằng họ có thể vặn đồng hồ vào đúng lúc Kant đi dạo mỗi buổi chiều. Tuy vậy, Kant không phải là một ẩn sĩ, ông cũng tham gia vào những sinh hoạt, tiệc tùng, hoà nhạc của giới trí thức và được xem là một nhà trí thức vừa uyên bác, vừa duyên dáng va dí dỏm. Kant không lập gia đình. Ông sống cuộc đời của một triết gia độc thân. Có hai người đàn bà trong đời của Kant. Ông không tiến đến hôn nhân với người đầu tiên được vì không đủ điều kiện tài chánh. Với người thứ hai, Kant cho biết lúc đó ông đã quá già.

Sự Nghiệp

Tác phẩm quan trọng nhất đã đưa tên tuổi của Immanuel Kant đi khắp Âu châu là cuốn *Phê phán Lý tính Thuần tuý* được xuất bản năm 1781, lúc Kant đã 57 tuổi. Kant đã dành 10 năm suy nghiệm chỉ để viết tác phẩm này. Bốn năm sau Kant xuất bản cuốn *Nền tảng của siêu hình học đạo đức*. Trong tác phẩm này Kant trình bày nguyên tắc căn bản và tối thượng của đạo đức, một thứ "mệnh lệnh tuyệt đối" có tính chất phổ quát và vô điều kiện. Ba năm sau, Kant cho ra đời tác phẩm "phê phán" thứ hai có nhan đề *Phê phán Lý tính Thực hành* (1788). Năm 1790 Kant ấn hành tác phẩm *Phê phán Quyền lực Xét đoán.* Với ba tác phẩm phê phán đồ sộ này, Kant được xem là cha đẻ của trường phái triết học phê phán. Những tác phẩm triết học của Kant đã đưa tên tuổi của Immanuel Kant vào danh-nhân đại sảnh đường (hall of fame) của triết học Tây phương.

àn về Giáo dục

Chức vụ chính thức của Kant tại đại học Königsberg là giáo sư và chủ nhiệm khoa luận lý và siêu hình học. Nhưng ông cũng phụ trách một số môn phụ, trong đó có môn sư phạm. Kant soạn những bài giảng riêng cho từng lớp khi dạy, những bài giảng này không liên quan gì đếncuốn sách giáo khoa về sư phạm mà các giáo sư khác đang dùng. Mỗi lần lên lớp Kant soạn một bài giảng cho mỗi lớp, và qua bao năm tháng, những bài giảng về sư phạm này được tích luỹ thành một tuyển tập mà lúc sinh thời Kant chưa nghĩ đến việc xuất bản. Gần cuối đời, Kant giao toàn bộ những tư liệu, ghi chú về giáo dục của ông cho một đệ tử thân tín tên là Theodor Rink với lời dặn là Rink có toàn quyền tuyển lựa và gom lại thành một tác phẩm. Rink hoàn tất công việc này vào năm 1803, một năm trước khi Kant qua đời.

Sư phạm là từ Hán Việt dịch từ *pedagogy*, có gốc từ tiếng Hy-lạp Paidagogos, gồm có *paida* có nghĩa là trẻ em, và *gogos* có nghĩa là thầy giáo (tiến tố peda còn được dùng trong pediatrics nghĩa là nhi khoa). Trẻ em, Kant quan niệm, cũng giống như Rosseau, có quyền dược để cho :trưởng thành trong tuổi thơ của chúng" (Laissez mûrir l'enfance dans les enfants!) Trẻ em có cái nhìn riêng, suy nghĩ, cảm xúc riêng không giống với người lớn. Nói cách khác, trẻ em là người chưa phát triển đầy đủ. Giáo dục, do đó, là sự huấn luyện nhằm chuyển tiếp đứa trẻ trở thành người lớn.

Lý thuyết về giáo dục trẻ em của Kant được nêu ra trong câu đầu tiên của tác phẩm *Bàn về Giao dục*: "Giáo dục bao gồm nuôi dưỡng, kỷ luật, giảng dạy, và rèn luyện đạo dức." Đây cũng là những chủ đề được Kant phân tích và lý giải xuyên suốt tác phẩm.

Đọc *Bàn về Giáo dục* khiến ta liên tưởng đến *Emilei* của Jean-Jacques Rousseau hay *Vài Suy nghĩ về Giáo dục*của John Locke. Lý tưởng tối hậu của giáo dục, theo Kant, là tiến tới sự hoàn thiện của bản chất con người, không phải chỉ cho một vài người, mà cho toàn thể nhân loại.

Nông Duy Trường

Houston, Texas

19 tháng Hai, 2024

Lời Mở đầu của dịch giả Annete Churton

Văn bản được sử dụng trong bản dịch 'Pädagogik' của Kant này là của Tiến sĩ Theodor Vogt (Langensalza, second edition, 1883). Tuy nhiên, ta đã so sánh văn bản này xuyên suốt với ấn bản gốc của Friedrich Theodor Rink (Königsberg, 1803) và với ấn bản của Rosenkranz và Schubert (Kant's Werke, 1838), và bất cứ chỗ nào Vogt khác biệt về mặt văn bản so với các ấn bản cũ thì cách đọc khác đều được trích dẫn trong một chú thích cuối trang. Ở một vài chỗ mà văn bản của Vogt rõ ràng đã bị hỏng, nó đã được bổ sung theo bản gốc.

Tôi muốn nhân cơ hội này bày tỏ lời cảm ơn tới Tiến sĩ Winternitz của Đại học Oxford vì lòng tốt của ông trong việc sửa đổi bản thảo, và tới bà Rhys Davids vì nhiều gợi ý có giá trị.

Chương 1

Giới thiệu

Giáo dục gồm có nuôi dưỡng, kỷ luật, dạy dỗ, và rèn luyện ạo đức

1. Con người là sinh vật duy nhất cần được giáo dục. Ta phải hiểu giáo dục bao gồm nuôi dưỡng (chăm sóc và cho ăn), kỷ luật, và dạy dỗ, cùng với rèn luyện đạo đức. Theo đó, con người lần lượt là trẻ sơ sinh (cần được cho ăn), trẻ em (cần có kỷ luật và người có học (cần được dạy).

2. Con vật sử dụng sức mạnh của chúng khi chúng vừa có đủ sức, theo quuy luật thông thường—nghĩa là theo cách không gây nguy hại cho bản thân chúng.

Thật là một điều tuyệt vời, thí dụ [khi ta quan sát] những con chim én non khi mới nở và vẫn chưa mở được mắt, đã rất cần thận không làm bẩn tổ của chúng.

Con vật, do đó, không cần nuôi dưỡng mà cùng lắm là cần thức ăn, sự ấm áp, và hướng dẫn, hoặc sự bảo vệ. Đúng là hầu hết những con vật đều cần được cho ăn, nhưng chúng không cần được nuôi dưỡng. Khi nói đến nuôi dưỡng, ta hiểu đó là sự quan tâm và chăm sóc dịu dàng mà cha mẹ dành cho con cái hầu ngăn không để trẻ con dùng sức mà chúng có để gây hại cho chính mình. Thí dụ, nếu con vật kêu lên như trẻ con khóc khi chào đời, nó chắc chắn sẽ trở thành con mồi cho chó sói hay những con dã thú khác bu lại chung quanh vì bị thu hút bởi tiếng kêu của nó.

3. Kỷ luật thay đổi bản chất con vật thành bản chất con người. Bản năng là tất cả những gì con vật có và có thể trở thành; chúng cũng có mọt số hiểu biết nào đó ngay từ thuở ban đầu. Nhưng con người cần có lý do của riêng mình. Vì không có bản năng, con người phải vạch ra một kế hoạch hành xử cho riêng mình. Bởi vì con người không thể làm được điều này cùng một lúc vì còn non nớt khi mới sinhra, cho nên những người [lớn] khác phải làm điều này cho nó.

4. Tất cả những khả năng bẩm sinh của con người phải được phát triển từng chút một từ chính con người, bởi nỗ lực của chính mình.

Mỗi thế hệ giáo dục thế hệ tiếp theo. Sự khởi đầu đầu tiên của tiến trình giáo dục này có thể được thấy ở dạng thô sơ và chưa thành hình rõ rệt, hoặc ở trạng thái phát triển đầy đủ của con người. Nếu ta cho rằng tiến trình này khởi đầu từ trạng thái sau lúc con người đã phát triển đầy đủ, thì con người sau đó chắc chắn đã thoai hoá và rơi vào tình trạng man rợ.

Chính kỷ luật ngăn cản con người, không vì những sự thúc đẩy của thú tính, mà đi chệch hướng khỏi nhân tính, tức là cái mục đích đã được định sẵn. Do đó, kỷ luật chỉ mang tính chất tiêu cực, hành động của nó là chống lại dã tính tự nhiên của con người. Phần tích cực của giáo dục là dạy dỗ.

Dã tính bao gồm tính chất không bị luật lệ chi phối. Bằng kỷ luật, con người phải tuân theo luật lệ của loài người và cảm thấy bị ràng buộc bởi luật lệ đó. Tuy nhiên, việc này phải được thực hiện sớm. Thí dụ, trẻ em lần đầu tiên được đưa đến trường không phải với mục đích học một điều gì đó mà là để chúng có thể quen với việc ngồi yên và làm đúng những gì được bảo. Và điều cuối cùng là trong cuộc sống sau này chúng không nên mong muốn thực hành ngay lập tức bất cứ điều gì gây ấn tượng với chúng.

5. Yêu tự do là tình cảm mạnh mẽ tự nhiên của con người đến mức khi đã quen với tự do, con người sẽ hy sinh mọi thứ vì nó. Vì lý do này mà kỷ luật phải được áp dụng từ rất sớm; vì khi điều này chưa được thực hiện thì sau này trong cuộc sống sẽ khó thay đổi tính cách. Những người vô kỷ luật có xu hướng làm theo sự bốc đồng của tâm trí.

Chúng ta cũng thấy điều này ở các quốc gia man rợ, mặc dù họ có thể thực hiện các chức năng trong một thời gian giống như người châu Âu nhưng không bao giờ có thể quen với cách cư xử của người châu Âu. Tuy nhiên, đối với họ, đó không phải là tình yêu tự do cao quý mà Rousseau và những người khác tưởng tượng, mà là một thứ man rợ—có thể nói là con vật chưa phát triển được bản chất con người của nó. Do đó, con người nên sớm tập thói quen tuân theo mệnh lệnh của lý trí, vì nếu một người được phép làm theo ý muốn của mình khi còn trẻ mà không bị phản đối, thì một sự vô luật pháp nhất định sẽ đeo bám theo y suốt cuộc đời. Và chẳng có lợi gì cho một người như vậy khi còn trẻ, y đã được tha thứ nhờ sự dịu dàng quá mức của người mẹ, vì sau này y sẽ càng phải đối mặt với sự phản đối từ mọi phía và liên tục nhận được những lời từ chối, ngay khi y bước vào đời.

Một sai lầm phổ biến trong quá trình giáo dục những người có địa vị cao là vì sau này họ sẽ trở thành người cai trị nên họ không được gặp sự phản đối nào khi còn trẻ. Vì bản chất yêu thích tự do nên con người cần phải làm dịu đi sự thô ráp tự nhiên của mình; với động vật, bản năng của chúng khiến điều này trở nên không cần thiết.

6. Con người cần được nuôi dưỡng và rén luyện đạo đức. Rèn luyện đạo đức bao gồm kỷ luật và dạy dỗ. Theo những gì chúng ta biết, con vật không cần đến những điều này, vì không con vật nào học được điều gì từ những con vật ssinh ra chúng, ngoại trừ những con chim non được mẹ chúng dạy hót; và thật là một cảnh tượng cảm động khi nhìn chim mẹ hết sức hót cho những đứa con của mình, giống như những đứa trẻ ở trường, đứng xung quanh và cố gắng tạo ra những âm điệu giống nhau từ cổ họng nhỏ bé của chúng. Để thuyết phục bản thân rằng chim không hót theo bản năng mà chúng thực sự được dạy để hót, chúng ta nên thực hiện một thí nghiệm. Giả sử chúng ta lấy một nửa số trứng của một con chim hoàng yến và đặt trứng của chim sẻ vào vị trí của chúng, hoặc đổi chim sẻ non lấy chim hoàng yến non; Sau đó, nếu những chú chim non được đưa vào một căn phòng nơi chúng không thể nghe thấy tiếng chim sẻ ở bên ngoài, thì chúng sẽ học được tiếng hót của chim hoàng yến và do đó chúng ta có được những chú chim sẻ đang hót. Quả thực, điều rất tuyệt vời là mỗi loài chim đều có tiếng hót đặc biệt của riêng mình, được lưu giữ không thay đổi qua mọi thế hệ; và truyền thống ca hát có lẽ là trung thành nhất trên thế giới.

7. Con người chỉ có thể trở thành con người nhờ giáo dục. Y chỉ đơn thuần là những gì giáo dục tạo nên. Điều đáng chú ý là con người chỉ được giáo dục bởi con người—nghĩa là bởi những người mà chính họ đã được giáo dục. Do đó, những người mà chính họ thiếu kỷ luật và dạy dỗ, sẽ khiến cho họ không thích hợp với vai trò giáo dục học sinh của họ. Giả như có ai đó có tư chất cao hơn con người đảm nhận công việc giáo dục của chúng ta, ta sẽ có thể nhận thấy [học sinh] trở thành con người như thế nào. Tuy nhiên, chúng ta khó có thể ước tính chính xác những khả năng tự nhiên của con người, vì một số thứ được truyền đạt cho con người thông qua giáo dục, trong khi những thứ khác chỉ được phát triển nhờ giáo dục.

Nếu có thể, nhờ sự giúp đỡ của những người có tư chất cao, và thông qua lực lượng đoàn kết của nhiều người, thực hiện một thí nghiệm về câu hỏi này, thì bằng cách này chúng ta có thể thu được một số thông tin về mức độ của đẳng cấp mà con người có thể đạt được. Nhưng điều quan trọng đối với đầu óc suy đoán, cũng như thật đáng buồn đối với một người yêu thương đồng loại của mình, là thấy những người ở cấp bậc cao thường chỉ chú ý đến mối quan tâm của riêng họ và không tham gia vào các thí nghiệm quan trọng của giáo dục, [mà giáo dục là] điều đưa bản chất của chúng ta tiến một bước gần hơn đến sự hoàn hảo.

Chẳng có ai bị bỏ bê từ bé lại có thể có sự suy xét khôn Ngoan mà không biết sự khiếm khuyết đó nằm ở chỗ nào: kỷ luật hay văn hoá (vì lý do đó ta có thể gọi là dạy dỗ). Người vô học thì thô lỗ, kẻ vô kỷ luật thì ngỗ nghịch. Bỏ bê kỷ luật còn tệ hại hơn bỏ bê văn hóa, vì thiếu văn hoá có thể được sửa chữa sau này trong cuộc sống, nhưng tính ngỗ ngược thì không thể loại bỏ được, và một sai lầm trong kỷ luật thì không bao giờ có thể sửa chữa được. Có thể nền giáo dục sẽ không ngừng được cải tiến và mỗi thế hệ kế tiếp sẽ tiến thêm một bước hướng tới sự hoàn thiện của nhân loại; vì giáo dục liên quan đến bí mật vĩ đại của sự hoàn thiện bản chất con người. Chỉ bây giờ [ta mới thấy] có điều gì đó được thực hiện theo hướng này, vì lần đầu tiên người ta đã bắt đầu đánh giá đúng đắn và hiểu rõ ràng, điều gì thực sự thuộc về một nền giáo dục tốt. Thật thú vị khi nhận ra rằng nhờ vào giáo dục, bản chất con người sẽ liên tục được cải thiện và đưa đến tình trạng xứng đáng với bản chất con người. Điều này mở ra cho chúng ta triển vọng về một loài người hạnh phúc hơn trong tương lai.

8. Viễn cảnh của một lý thuyết về giáo dục là một lý tưởng huy hoàng, và sẽ chẳng quan trọng gì lắm nếu chúng ta không thể hiện thực hóa nó ngay lập tức. Chỉ có điều chúng ta không được coi ý tưởng này là hão huyền, cũng không chê bai nó như một giấc mơ đẹp, dù có những khó khăn cản trở việc thực hiện nó.

Một ý tưởng không gì khác hơn là nột khái niệm về một sự hoàn hảo chưa được trải nghiệm. Thí dụ, ý tưởng về mộtchế độ cộng hòa hoàn hảo được cai trị bởi các nguyên tắc công lý – liệu ý tưởng đó có khả thi không, bởi vì nó vẫn chưa được trải nghiệm?

Ý tưởng của chúng ta, trước hết, phải đúng, và rồi, dù có những sự cản trở trên con đường thực hiện, nó cũng không hoàn toàn là chuyện bất khả thi, thí dụ, nếu nói dối trở thành phổ biến, thì việc nói thật về sự dối trá đó có trở thành một ý tưởng chợt mống lên không? Và cái ý tưởng về một nền giáo dục mà sẽ phát triển mọi năng khiếu tự nhiên của con người thì chắc chắn phải là điều đúng.

9. Trong hệ thống giáo dục hiện nay con người không đạt được đầy đủ mục đích của bản chất người; vì con người sống theo nhiều cách khác nhau! Sự đồng nhất chỉ có thể đạt được khi tất cả mọi người hành động theo những nguyên tắc giống nhau, những nguyên tắc đó sẽ phải trở thành bản chất thứ hai đối với họ. Những gì chúng ta có thể làm là xây dựng một kế hoạch giáo dục phù hợp hơn với các mục tiêu của nó và truyền lại cho hậu thế những hướng dẫn về cách áp dụng kế hoạch này vào thực tế để họ có thể dần dần hiện thực hóa nó. Lấy cây tai gấu làm ví dụ. Khi được nuôi từ rễ, cây này chỉ ra hoa một màu; khi được trồng từ hạt, hoa có nhiều màu sắc đa dạng nhất. Thiên nhiên đã đặt những mầm mống đa dạng này vào trong cây, và sự phát triển của chúng chỉ là vấn đề gieo hạt và trồng trọt

10. Tiềm ẩn trong con người có nhiều mầm mống chưa được phát triển. Nhiệm vụ của chúng ta là làm cho những mầm mống này lớn lên bằng cách phát triển những năng khiếu tự nhiên của con người theo một tỷ lệ thích hợp để bảo đảm rằng vận mệnh của y được hoàn thành. Loài vật tự thân hoàn thành điều này một cách vô thức. Con người phải cố gắng mới đạt được. Nhưng con người không thể thực hiện được điều này nếu nó không có khái niệm gì về sự hiện hữu của nó. Đối với [tự thân] một cá nhân thì đó là điều bất lhả thi để hiện thực hoá mục đích này. Hãy giả sử những bậc cha mẹ đầu tiên đã phát triển đầy đủ và xem họ giáo dục con cái như thế nào. Những bậc cha mẹ đầu tiên này làm gương cho con cái để chúng bắt chước và bằng cách này phát triển một số năng khiếu tự nhiên của chúng. Tuy nhiên, tất cả năng khiếu của chúng không thể được phát triển theo cách này, vì tất cả đều phụ thuộc vào những hoàn cảnh không thường xuyên là những tấm gương mà trẻ nhìn thấy. Trong quá khứ, con người không có khái niệm về sự hoàn hảo mà bản chất con người có thể đạt tới—ngay cả bây giờ chúng ta cũng không có ý tưởng rõ ràng về vấn đề này. Tuy nhiên, điều này là chắc chắn: không một cá nhân nào, bất kể học trò của anh ta có thể đạt đến trình độ văn hóa nào, có thể bảo đảm rằng họ sẽ đạt được vận mệnh của mình. Để thành công trong việc này, không chỉ cần có công sức của một vài cá nhân mà là của toàn thể nhân loại.

11. Giáo dục là một nghệ thuật mà chỉ có thể trở nên hoàn thiện qua sự thực hành của nhiều thế hệ. Mỗi thế hệ, với kiến thức của thế hệ trước truyền lại, càng có khả năng hơn để mang lại một nền giáo dục giúp phát triển các năng khiếu tự nhiên của con người theo tỷ lệ tương ứng và liên quan tới mục đích của họ, và như thế đưa toàn thể nhân loại đạt tới số mệnh của mình. Thượng đế đã có ý định cho con người là hãy khai mở cho mình điều tốt đẹp còn tiềm ẩn trong bản chất của hắn, Ngài đã nói như vậy với con người: "Hãy đi ra thế giới! Ta đã trang bị cho các ngươi mọi khuynh hướng về điều tốt. Phần các ngươi là phát triển những khuynh hướng này. Hạnh phúc hay bất hạnh tuỳ vao chính các ngươi."

12. Con người phải phát triển khuynh hướng của mình hướng tới điều tốt. Thượng đế đã không đặt cái tốt đã được hoàn thiện trong [tâm trí] con người, nhưng chỉ đặt nó như một khuynh hướng và không có sự phân biệt nào của luật luân lý. Nhiệm vụ của con người là cải thiện chính con người của mình; tu dưỡng tâm trí; và khi thấy mình đi chệch hướng, phải tự áp dụng quy luật đạo đức lên chính bản thân. Sau khi suy ngẫm chúng ta sẽ thấy điều này rất khó. Vì thế cái vấn đề lớn nhất và khó nhất mà con người có thể dồn tâm trí [để giải quyết] là vấn đề giáo dục. Vì nhận thức sâu sắc (hay trí huệ) tuỳ thuộc vào giáo dục, và giáo dục lại tuỳ thuộc vào trí huệ. Từ đó ta có thể suy ra rằng giáo dục chỉ có thể tiến ở mức độ chậm chạp, và một quan niệm thực sự về phương pháp giáo dục chỉ có thể nảy sinh khi một thế hệ truyền lại cho thế hệ tiếp theo kho kinh nghiệm và kiến thức của mình, mỗi thế hệ bổ sung thêm một điều gì đó của riêng mình trước khi truyền lại chúng tới nhữngthế hệ sau. Khái niệm này có giả định trước nền văn hoá và kinh nghiệm rộng lớn nào không? Nó chỉ có thể đạt được ở một giai đoạn muộn màng, và chính chúng ta cũng chưa nhận thức đầy đủ khái niệm này. Một câu hỏi được đặt ra là chúng ta, những người liên quan đến lãnh vực giáo dục cá nhân, có nên bắt chước quá trình giáo dục loài người qua các thế hệ kế tiếp nhau không?

Có hai phát minh của con người có thể được coi là khó hơn bất kỳ phát minh nào khác—nghệ thuật cai trị và nghệ thuật giáo dục; và mọi người vẫn tranh cãi về ý nghĩa thực sự của chúng.

13. Nhưng trong việc phát triển tài năng con người, chúng ta sẽ đứng ở đâu? Chúng ta sẽ bắt đầu với một trạng thái xã hội thô sơ hay với một xã hội đã phát triển?

Thật khó để hình dung một sự phát triển từ trạng thái thô sơ (do đó rất khó hiểu con người đầu tiên giống như thế nào), và chúng ta thấy rằng trong một sự phát triển xuất phát từ tình trạng như vậy con người luôn luôn rơi trở lại vào tình trạng đó, và đã tự mình thoát khỏi nó. Trong những ghi chép đầu tiên của ngay cả những quốc gia rất văn minh, chúng ta vẫn tìm thấy dấu vết rõ ràng của sự man rợ, tuy nhiên có bao nhiêu nền văn hóa được giả định trước để có thể có được một sự đơn giản như viết chữ! Sự khó khan nhiều đến mức, đối với những người văn minh, sự khởi đầu của nghệ thuật viết chữ có thể được gọi là sự khởi đầu của thế giới.

14. Vì sự phát triển năng khiếu tự nhiên của con người không tự diễn ra nên mọi nền giáo dục đều là một nghệ thuật. Thiên nhiên đã không đặt vào con người bản năng nào cho mục đích đó. Nguồn gốc và việc thực thi nghệ thuật này hoặc là được làm một cách máy móc và không có kế hoạch, tuỳ theo từng tình huống, hoặc là có sự phán đoán và cân nhắc. Nghệ thuật giáo dục chỉ mang tính máy móc trong những dịp tình cờ, chúng ta học được bằng kinh nghiệm xem điều gì có ích hay có hại cho con người.

Tất cả nền giáo dục nào có tính chất thuần túy máy móc đều mắc phải nhiều sai lầm và thiếu sót, bởi vì nó không có nguyên tắc chắc chắn để vận hành. Nếu giáo dục nhằm phát triển bản chất con người để có thể đạt được mục tiêu của mình thì nó phải liên quan đến việc thực hiện khả năng phán đoán. Cha mẹ có học vấn là những tấm gương mà con cái sử dụng để hướng dẫn chúng. Tuy nhiên, nếu con cái tiến bộ hơn cha mẹ chúng thì giáo dục phải trở thành một môn học, nếu không chúng ta chẳng thể hy vọng gì vào nó, và một người mà việc học hành bị hư hỏng sẽ chỉ lặp lại sai lầm của chính mình khi cố gắng giáo dục người khác. Cơ chế giáo dục phải được chuyển thành một khoa học, và thế hệ này có thể phải phá hủy những gì thế hệ khác đã xây dựng.

15. Một nguyên tắc giáo dục mà những người, nhất là những người xây dựng các chương trình giáo dục, nên lưu ý là— trẻ em phải được giáo dục không phải vì hiện tại mà vì tình trạng có thể được cải thiện trong tương lai; nghĩa là, theo cách phù hợp với ý tưởng về nhân loại và toàn bộ số phận của con người. Nguyên tắc này có tầm quan trọng lớn lao. Cha mẹ thường giáo dục con cái theo cách mà dù thế giới có tồi tệ đến đâu, chúng vẫn có thể tự thích nghi với những điều kiện hiện tại. Nhưng họ phải cung cấp cho chúng một nền giáo dục tốt hơn thế này nhiều để nhờ đó có thể mang lại tình trạng tốt hơn cho mọi thứ trong tương lai.

16. Tới đây, tuy nhiên, chúng ta gặp phải hai sự khó khan—(a) Phụ huynh thường chỉ quan tâm xem con cái họ có tạo được địa vị trong xã hội, và (b) Các nhà cai trị chỉ xem thần dân của mình như những công cụ cho mục đích riêng của họ.

Cha mẹ lo việc nhà, kẻ cai trị lo việc nước. Mục tiêu của họ cũng không phải là lợi ích phổ quát và sự hoàn hảo mà con người đã được [Thượng đế] định hướng, và con người cũng có thiên hướng tự nhiên như vậy. Nhưng nền tảng của một chương trình giáo dục phải mang tính quốc tế. Và sau đó, liệu ý tưởng về lợi ích phổ quát có gây hại cho cá nhân chúng ta không? Không bao giờ! vì mặc dù có vẻ như ý tưởng này [đòi hỏi] phải hy sinh điều gì đó, nhưng người ta cũng đạt được tiến bộ hướng tới điều tốt nhất ngay cả đối với cá nhân trong điều kiện hiện tại của anh ta. Và rồi những kết quả vinh quang sẽ theo sau! Chính nhờ nền giáo dục tốt mà mọi điều tốt đẹp trên thế giới đều nảy sinh. Để làm được điều này, những mầm mống ẩn sâu trong con người chỉ cần ngày càng phát triển hơn; vì những nguyên tắc cơ bản của cái ác không được tìm thấy trong bản chất tự nhiên của con người. Cái ác chỉ là kết quả của bản chất tự nhiên không được kiểm soát. Trong con người chỉ có mầm mống của điều tốt.

17. Nhưng ai sẽ tạo ra điều kiện tốt hơn cho thế giới này? Bởi những người cai trị hay bởi thần dân của họ? Có phải chính những thần dân này sẽ tự hoàn thiện mình đến mức đáp ứng được một nửa các tiêu chuẩn mà chính phủ có thể đặt ra vì lợi ích của họ không? Nếu phải phụ thuộc vào những người cai trị, thì nền giáo dục của chính họ trước tiên sẽ phải được cải thiện, vì điều này đã bị xao nhãng trong một thời gian dài, do sai lầm lớn là họ đã quen với điều không gặp sự phản đối nào khi còn trẻ.

Một cái cây đứng một mình trên cánh đồng mọc cong queo và xòe rộng cành; còn một cái cây đứng giữa rừng, dưới sự chèn ép của những cây khác xung quanh, lại mọc cao thẳng tắp để tìm kiếm không khí và ánh nắng từ trên cao. Điều này cũng tương tự với những người cai trị. Trong mọi trường hợp, tốt hơn hết là họ nên được giáo dục bởi một ai đó trong số các thần dân của họ, hơn là bởi một người trong bọn họ. Do đó, chúng ta chỉ có thể mong đợi sự tiến bộ do những người cai trị mang lại nếu nền giáo dục của họ thuộc trình độ cao hơn so với trình độ của thần dân của họ.

Điều này phụ thuộc phần lớn vào nỗ lực của cá nhân chứ không phụ thuộc nhiều vào sự giúp đỡ của những người cai trị, như Basedow và những người khác đã nghĩ; vì theo kinh nghiệm, chúng ta thấy rằng họ không quan tâm nhiều đến lợi ích chung như sự thịnh vượng của nhà nước, [mà ở những điều] qua đó họ có thể đạt được mục đích của riêng mình. Tuy nhiên, nếu họ cung cấp kinh phí cho việc này thì việc lập chương trình giáo dục phải được làm theo ý họ. Mọi thứ có liên quan đến sự hoàn thiện trí tuệ của con người và việc mở rộng kiến thức của con người cũng diễn ra như thế. Chỉ dùng ảnh hưởng và tiền bạc thì không thể làm được điều đó; nó chỉ có thể làm nhẹ nhiệm vụ. Họ có thể làm được điều đó nếu các cơ quan tài chính của nhà nước không quá lo lắng tính toán trước những lợi ích mà bất kỳ khoản tiền nào được chi cho mục đích này có thể mang lại cho kho bạc. Ngay cả các tổ chức học thuật cho đến nay cũng chưa đảm nhận nhiệm vụ này và khả năng họ sẽ làm như vậy trong tương lai hiện nay vẫn nhỏ hơn bao giờ hết.

Việc điều hành trường học. vì thế, phải phụ thuộc hoàn toàn vào sự đánh giá của các chuyên gia sáng suốt nhất. Mọi nền văn hóa đều bắt đầu từ cá nhân, một người dần dần ảnh hưởng đến những người khác. Chỉ thông qua nỗ lực của những người có quan điểm rộng hơn, những người quan tâm đến lợi ích chung và những người có khả năng ấp ủ ý tưởng về một tình trạng tốt hơn cho mọi thứ trong tương lai, thì sự tiến bộ dần dần của bản chất con người hướng tới mục tiêu của mình mới khả thi. Chẳng phải thỉnh thoảng chúng ta vẫn gặp một người cai trị coi người dân của mình chỉ là một phần của vương quốc động vật và mục đích của ông ta chỉ là truyền giống loài người sao? Nếu ông ta xem xét vấn đề rèn luyện trí tuệ thì đó chỉ là để người của ông ta có thể trở mên hữu ích hơn trong việc đạt được mục đích của riêng ông ta. Tất nhiên, các cá nhân cần phải quan tâm đến mục đích tự nhiên này, nhưng họ cũng phải đặc biệt lưu ý hơn đến sự phát triển của loài người và bảo đảm rằng con người không chỉ trở nên khôn ngoan mà còn trở nên tốt; và điều khó khăn nhất là họ phải tìm cách đưa hậu thế đến gần trạng thái hoàn thiện hơn tình trạng mà họ đã đạt được.

18. Vậy thì, qua giáo dục, con người phải được tạo thành—

Thứ nhất, con người phải chịu kỷ luật; nói đến kỷ luật ta phải hiểu rằng đó là một lực mà luôn luôn kềm hãm bản chất động vật của ta không để chúng phát triển vượt quá phẩm chất "người" trong từng cá nhân nói riêng, hay trong con người như một thành viên của xã hội. Kỷ luật, như thế, chỉ là sự kềm chế dã tính.

Thứ hai, giáo dục cũng phải cung cấp văn hóa cho con người. Điều này bao gồm kiến thức và sự dạy dỗ. Chính văn hóa sẽ phát huy được khả năng. Khả năng là sự sở hữu một năng khiếu giúp con người thích ứng với nhiều mục đích khác nhau. Do đó, khả năng không xác định bất kỳ mục đích nào mà để điều đó tùy theo hoàn cảnh phát sinh sau đó.

Một số thành tựu về cơ bản là tốt cho tất cả mọi người — chẳng hạn như đọc và viết; những người khác, chỉ đơn thuần theo đuổi một số mục tiêu nhất định, chẳng hạn như âm nhạc, mà chúng ta theo học để khiến mình được yêu thích. Quả thực, những mục đích khác nhau mà khả năng có thể đạt được hầu như là vô tận.

Thứ ba, giáo dục cũng phải cung cấp cho con người sự khôn ngoan (Klugheit), để y có thể cư xử trong xã hội, để được yêu mến và tạo được ảnh hưởng với người khác. Để làm được điều này, cần phải có một loại văn hóa mà ta gọi là sự tao nhã (Civilisierung). Sự tao nhã đòi hỏi cách cư xử, lịch sự và một loại khôn ngoan sẽ cho phép y sử dụng tất cả mọi người cho mục đích riêng của mình. Sự tinh tế này thay đổi theo thị hiếu luôn thay đổi của các lứa tuổi khác nhau. Vì vậy, khoảng hai mươi hay ba mươi năm trước, các nghi lễ trong giao tiếp xã hội vẫn còn hợp thời trang.

Thứ tư, rèn luyện đạo đức phải là một phần của giáo dục. Việc đào luyện [kiến thức] một người cho bất kỳ mục đích nào, cũng vẫn chưa đủ, mà tâm tính cũng phải được huấn luyện đến mức không chọn mục đích nào ngoại trừ mục đích tốt— những mục đích tốt là những mục tiêu nhất thiết phải được mọi người chấp thuận, đồng thời có thể là mục đích tốt nhất, mục tiêu của mọi người.

19. Con người có thể được thuần hoá, tức là đặt vào khuôn khổ, huấn luyện và dạy dỗ một cách máy móc, hoặc có thể thực sự được khai sáng. Ngựa và chó được thuần hoá; và con người cũng có thể được đặt vào khuôn khổ.

Tuy nhiên, chỉ đặt trẻ em vào khuôn khổ thôi vẫn chưa đủ; vì điều quan trọng hơn là chúng phải học cách suy nghĩ. Bằng cách học cách suy nghĩ, con người hành động theo những nguyên tắc cố định chứ không phải ngẫu nhiên. Vì vậy chúng ta thấy rằng một nền giáo dục thực sự bao hàm rất nhiều điều. Nhưng theo quy luật, trong nền giáo dục tư của chúng ta, điểm thứ tư và quan trọng nhất vẫn bị bỏ quên quá nhiều, phần lớn trẻ em được giáo dục theo cách mà việc đào tạo đạo đức là việc của Giáo hội.

Tuy nhiên, điều quan trọng là trẻ em phải, từ khi còn nhỏ, học cách ghét thói xấu;—không phải vì đó là điều Chúa cấm, mà vì thói xấu tự nó là điều đáng ghét. Nếu trẻ em không học điều này sớm, chúng rất có thể nghĩ rằng, giá như Chúa không cấm thì việc làm điều ác sẽ không có hại gì, và điều đó sẽ được cho phép, và do đó có lẽ Ngài sẽ tạo ra một ngoại lệ bây giờ và sau đó. Nhưng Thiên Chúa là đấng thánh thiện nhất, Ngài chỉ muốn những gì tốt lành và mong muốn chúng ta yêu mến nhân đức vì chính điều đó chứ không chỉ vì Ngài đòi hỏi điều đó.

Chúng ta đang sống trong thời đại kỷ luật, văn hóa, và văn minh, nhưng vẫn còn một chặng đường dài mới đến được thời đại rèn luyện đạo đức. Trong tình trạng hiện nay của nhân loại, có thể nói rằng sự thịnh vượng của nhà nước đi đôi với nỗi thống khổ của nhân dân. Quả thực, vẫn còn một câu hỏi liệu chúng ta có được hạnh phúc hơn trong một tình trạng kém văn minh, nơi mà tất cả nền văn hóa của thời đại hiện nay sẽ không có chỗ đứng, so với khi chúng ta ở trong tình trạng xã hội hiện nay; vì làm sao con người có thể có được hạnh phúc nếu trước tiên nó không được làm cho khôn ngoan và tốt lành? Và cho đến khi điều này được xem là mục tiêu đầu tiên của chúng ta, thì số lượng tội ác sẽ không giảm đi.

20. Trường học thực nghiệm[1] trước tiên phải được thành lập trước khi chúng ta có thể thành lập trường học bình thường. Giáo dục và hướng dẫn không được chỉ mang tính máy móc; chúng phải được thành lập dựa trên những nguyên tắc cố định; mặc dù đồng thời giáo dục không chỉ được tiến hành bằng lý luận, mà phải, theo một nghĩa nào đó, một cách máy móc.

Ở Áo, trước đây có nhiều trường học bình thường, những trường này được thành lập và tiếp tục hoạt động theo một kế hoạch cố định, đã có nhiều ý

[1] Trường thực nghiệm (experimental school) là một mô hình trường học chú trọng vào sáng tạo. Các phương pháp dạy và học mới mẻ được đem ra "thí nghiệm" để xác định và chứng thực giá trị của những phương pháp này [ND].

kiến chống lại điều này và những ý kiến này không phải là không có lý do. Lời phàn nàn chính về các trường học này là việc giảng dạy ở đó chỉ đơn thuần là máy móc. Nhưng tất cả các trường khác buộc phải tự thành lập theo khuôn mẫu của những trường bình thường này, bởi vì chính phủ thậm chí còn từ chối thăng chức cho những người chưa được học ở những trường này. Đây là một ví dụ về cách chính phủ có thể can thiệp vào việc giáo dục học sinh và không biết bao nhiêu điều xấu có thể nảy sinh từ sự ép buộc.

Quả thực, mọi người tưởng tượng rằng các thí nghiệm trong giáo dục là không cần thiết và chúng ta có thể đánh giá từ lý luận của mình xem có bất cứ điều gì đó tốt hay không. Đây là một sai lầm lớn và kinh nghiệm dạy chúng ta rằng kết quả của một thí nghiệm thường hoàn toàn khác với những gì chúng ta mong đợi..

Vì vậy, chúng ta thấy rằng, vì chúng ta phải được hướng dẫn bằng các thí nghiệm nên không một thế hệ nào có thể đặt ra một kế hoạch giáo dục hoàn chỉnh. Trường thực nghiệm duy nhất đã có bước khởi đầu dọn đường ở một mức độ nào đó là Viện Dessau. Phải nói điều này để khen ngợi nó, mặc dù có nhiều sai lầm mà chúng ta có thể chê trách — những sai lầm liên quan đến mọi kết luận rút ra từ các thí nghiệm—cụ thể là vẫn cần nhiều thí nghiệm hơn nữa.

Ngôi trường này theo một cách nào đó là ngôi trường duy nhất trong đó các giáo viên được tự do xây dựng các phương pháp và kế hoạch của riêng mình, đồng thời là nơi các giáo viên giao tiếp với nhau và với tất cả những người có học thức ở Đức.

21. Giáo dục bao gồm việc nuôi dưỡng đứa trẻ và khi nó lớn lên, cả văn hóa của nó nữa. Văn hoá, trước hết, có tính chất tiêu cực, bao gồm kỷ luật; nghĩa là chỉ đơn thuần là sửa lỗi. Thứ hai, văn hóa mang tính tích cực, bao gồm sự dạy dỗ và hướng dẫn (và do đó hình thành nên một phần của giáo dục). Hướng dẫn có nghĩa là chỉ dẫn cho học sinh áp dụng những gì đã được dạy vào thực hành. Do đó có sự khác biệt giữa một giáo viên tư nhân chỉ dạy dỗ và một gia sư hoặc người quản gia[2] hướng dẫn và chỉ đạo học trò của mình. Một người chỉ dạy học trò của mình trong môi trường học đường, người kia dạy học trò cho cuộc sống.

22. Giáo dục hoặc là tư hoặc là công. Giáo dục công chỉ liên quan đến việc giảng dạy và điều này luôn có thể được giữ trong lãnh vực công. Việc thực hiện những gì đã được dạy được giao cho giáo dục tư. Một nền giáo dục công hoàn chỉnh là nền giáo dục

---

[2] Các gia đình khá giả Âu châu thường mướn người quản gia để vừa quản lý việc nhà, vừa dạy dỗ, hướng dẫn và cố vấn cho con cái của họ.

kết hợp sự giảng dạy [kiến thức] và văn hóa đạo đức. Mục đích của nó là phát huy một nền giáo dục tư tốt. Trường học thực hiện điều này được gọi là cơ sở giáo dục. Không thể có nhiều cơ sở như vậy, và số lượng trẻ em trong đó có thể chỉ là số ít, vì học phí nhất thiết phải cao, vì các cơ sở này buộc phải có sự quản lý phức tạp, kéo theo rất nhiều chi phí. Điều này cũng tương tự như trường hợp của nhà tế bần[3] và bệnh viện. Để thành lập nhà tế bần hay bệnh viện cần phải có những toà nhà, và tiền lương của các giám đốc, giám thị và người phục vụ, ngay lập tức lấy đi một nửa số tiền, do đó, chắc chắn rằng người nghèo sẽ được cung cấp tốt hơn nếu tất cả số tiền đó được gửi thẳng đến đến nhà của họ. Vì lý do này, cũng khó có thể cung ứng cho bất kỳ học sinh nào, ngoại trừ con cái của những người giàu đều được tham gia vào các cơ sở giáo dục này.

23. Mục tiêu của các tổ chức công như thế này là cải thiện giáo dục tại nhà. Giá như cha mẹ, hoặc những người cùng giúp đỡ họ trong công việc giáo dục, được giáo dục tốt thì có thể tránh được chi phí cho các tổ chức công. Mục đích của các tổ chức này là thực hiện các thí nghiệm và giáo dục các cá nhân

---

[3] Ở Âu châu có những nhà tế bần (nghĩa là giúp đỡ người nghèo) cung cấp nơi ở cho người nghèo, do những nhà hảo tâm giàu có hay giáo hội thành lập.

để kịp thời có thể hình thành một nền giáo dục tư nhân tốt từ các tổ chức công này.

24. Việc giáo dục tại nhà được thực hiện bởi chính cha mẹ hoặc nếu cha mẹ không có thời giờ, năng khiếu hoặc thiên hướng cho việc đó, thì bởi những người khác được trả tiền để hỗ trợ họ trong việc đó. Nhưng trong nền giáo dục do những người phụ tá này thực hiện, có một khó khăn rất lớn xảy ra—đó là sự phân chia quyền lực giữa phụ huynh và giáo viên. Đứa trẻ được yêu cầu tuân theo quy tắc của giáo viên, đồng thời làm theo ý thích của cha mẹ. Cách duy nhất để thoát khỏi khó khăn này là phụ huynh phải giao toàn bộ quyền hạn của mình cho gia sư.

25. Vậy thì giáo dục tại nhà có lợi thế hơn giáo dục công đến mức nào, hay ngược lại? Theo quan điểm giáo dục không chỉ là để phát triển khả năng, mà còn là chuẩn bị cho học sinh trở thành những công dân, điều này, ta vẫn cho rằng, về tổng thể giáo dục công đuôc coi là tốt nhất. Giáo dục tại nhà thường xuyên không chỉ dung dưỡng những tật xấu của gia đình, mà còn có khuynh hướng truyền những thói này qua thế hệ sau.

26. Vậy thì việc học nên kéo dài bao lâu? Cho đến khi thiếu niên đạt đến tuổi mà theo luật của thiên nhiên có thể tự hướng dẫn hành vvi của mình, khi bản năng tình dục được phát triển, và có thể trở thành một người cha và phải giáo dục con cái của mình. Thời kỳ này thường đạt đến năm mười sáu tuổi. Sau đó, chúng ta vẫn có thể sử dụng một số phương tiện văn hóa, và một cách kín đáo, thực hiện một số kỷ luật; nhưng chúng ta sẽ không cần giáo dục theo nghĩa thông thường nữa.

27. Trong giai đoạn đầu của tuổi thơ, đứa trẻ phải học sự phục tùng và vâng lời tích cực. Trong giai đoạn tiếp theo, nó phải được phép tự suy nghĩ và được hưởng một mức độ tự do nhất định, mặc dù vẫn phải tuân theo những quy tắc nhất định. Trong thời kỳ đầu tiên có sự hạn chế một cách máy móc, trong thời kỳ thứ hai có sự hạn chế về mặt đạo đức.

28. Sự phục tùng của đứa trẻ có tính chất hoặc là tích cực, hoặc là tiêu cực. Tích cực ở chỗ nó có bổn phận phải làm [những gì được bảo, bởi vì nó không thể tự mình phán xét, và khả năng bắt chước vẫn còn mạnh mẽ; hoặc tiêu cực, ở chỗ nó buộc phải làm những gì người khác muốn, nếu nó muốn người khác làm điều tốt cho nó. Trong trường hợp trước, hậu quả của việc không tuân theo là sự trừng phạt; trong trường hợp sau là việc mọi người không tuân theo mong muốn của nó. Trong trường hợp này, mặc dù nó có khả năng tự suy nghĩ nhưng vẫn phụ thuộc vào người khác

29. Một trong những vấn đề lớn nhất của giáo dục là làm thế nào để kết hợp việc phục tùng với sự kiềm chế cần thiết phù hợp khả năng thực hiện ý chí tự do của trẻ—vì sự kiềm chế là cần thiết. Làm thế nào ta có thể phát triển ý thức tự do dù bị kiềm chế? Ta phải tập cho học trò của mình chịu đựng sự hạn chế tự do, đồng thời ta phải hướng dẫn học sinh sử dụng tự do của mình một cách đúng đắn. Nếu không có điều này thì tất cả sự giáo dục chỉ là máy móc, và đứa trẻ, khi sự giáo dục của nó kết thúc, sẽ không bao giờ có thể sử dụng tự do của nó một cách đúng đắn. Nó phải sớm cảm nhận được sự chống đối vẫn thường thấy từ xã hội, để nó có thể học được rằng việc nuôi sống bản thân, chịu đựng cảnh thiếu thốn và đạt được những thứ cần thiết để trở thành một người độc lập là khó khăn như thế nào.

30. Ở đây chúng ta phải xem xét những điều sau đây:—

Đầu tiên, chúng ta phải cho phép đứa trẻ ngay từ khi còn thơ ấu được tự do hoàn toàn về mọi mặt (ngoại trừ những trường hợp nó có thể làm tổn thương chính nó—chẳng hạn như khi nó nắm chặt một con dao), với điều kiện là khi hành động như vậy nó không can thiệp vào sự tự do của người khác. Thí dụ như khi nó la hét hoặc vui vẻ quá mức, nó sẽ làm phiền người khác.

Thứ hai, nó phải được chỉ dạy là nó chỉ có thể đạt được mục đích của nó bằng cách để cho người khác đạt được mục đích của họ. Thí dụ, nếu nó không vâng lời hoặc từ chối học bài, nó sẽ bị từ chối bất kỳ phần thưởng nào mà nó có thể mong đợi.

Thứ ba, chúng ta phải chứng tỏ cho nó thấy rằng sự kiềm chế chỉ dùng để nó có thể kịp thời học cách sử dụng quyền tự do của mình và rằng trí óc của nó đang được trau dồi để một ngày nào đó n có thể được tự do; nghĩa là, độc lập với sự giúp đỡ của người khác. Đây là điều cuối cùng mà một đứa trẻ sẽ hiểu được. Phải rất lâu sau này trong cuộc sống, trẻ em mới nhận ra những sự thật rằng sau này chúng sẽ phải tự nuôi sống mình; vì chúng tưởng tượng rằng chúng luôn có thể sống như đang sống trong nhà cha mẹ, và đồ ăn, thức uống luôn luôn có sẵn cho chúng dùng mà không gặp trở ngại gì. Thật thế, trừ phi trẻ em, nhất là những em có cha mẹ giàu có và quyền thế, được dạy để nhận ra điều này, thì chúng sẽ giống như những cư dân xứ Otaheiti, những người suốt đời là trẻ con.

Một lần nữa, chúng ta thấy lợi thế của giáo dục công ở chỗ, trong một hệ thống như vậy, chúng ta học cách đo lường quyền lực của mình với quyền lực của người khác và biết các giới hạn do quyền của người khác áp đặt lên chúng ta. Vì vậy, chúng ta không thể có được sự ưu tiên nào dành cho mình, bởi vì chúng ta gặp phải sự phản đối ở khắp mọi nơi, và chúng ta chỉ có thể tạo được dấu ấn và giành được lợi thế so với những người khác bằng tài năng thực sự. Giáo dục công lập là ngôi trường tốt nhất cho những công dân tương lai.

Còn có một khó khăn khác cần được đề cập ở đây—đó là khó khăn trong việc dự đoán kiến thức về các vấn đề tình dục theo cách sao cho có thể ngăn chặn thói xấu ngay từ đầu tuổi trưởng thành. Tuy nhiên, điều này sẽ được thảo luận sau.

31. Giáo dục hoặc là về thể chất hoặc 'thực dụng.' Một phần của giáo dục thể chất là phần mà con người có điểm chung với động vật, cụ thể là cho ăn và chăm sóc. Việc rèn luyện 'thực dụng' hay đạo đức là dạy cho một người cách sống như một sinh vật tự do. (ta gọi bất cứ điều gì là 'thực dụng' có liên quan đến tự do.) Đây là sự giáo dục về tư cách cá nhân, của một sinh vật tự do, người có khả năng duy trì bản thân và có được vị trí thích hợp trong xã hội, đồng thời giữ được nhận thức đúng đắn về cá tính của chính mình.

32. Vì vậy, nền giáo dục 'thực dụng' này bao gồm ba phần:—

(a) Chương trình giảng dạy thông thường của trường, nơi phát triển khả năng tổng quát

(b) Hướng dẫn những vấn đề thực tế của cuộc sống—hành động khôn ngoan và thận (trọng—

c) Rèn luyện nhân cách đạo đức.

Con người cần được nhà trường đào tạo và giảng dạy hoặc hướng dẫn để phát triển khả năng cần thiết hầu có thể thành công trong các nghề nghiệp khác nhau của cuộc sống. Việc giảng dạy ở trường mang lại cho mỗi thành viên một giá trị riêng của mình.

Tiếp theo, bằng cách học bài học về sự thận trọng trong các vấn đề thực tế của cuộc sống, anh ta được giáo dục như một công dân và trở nên có giá trị đối với đồng bào của mình, học cả cách thích nghi với xã hội và được hưởnglợi từ đó.

Cuối cùng, việc rèn luyện đạo đức truyền đạt cho con người một giá trị đối với toàn thể nhân loại.

33. Trong ba bộ phận giáo dục này, việc giảng dạy ở trường đứng đầu theo thứ tự thời gian; bởi vì khả năng của một đứa trẻ trước tiên phải được phát triển và rèn luyện, nếu không nó sẽ không có khả năng tiếp thu kiến thức về những vấn đề thực tiễn của cuộc sống. Sự thận trọng là khả năng sử dụng đúng đắn năng khiếu của chúng ta.

Việc rèn luyện đạo đức, dựa trên những nguyên tắc cơ bản mà bản thân con người phải hiểu thấu đáo, là điều cuối cùng theo thứ tự thời gian. Tuy nhiên, cho đến nay, vì nó chỉ dựa trên lẽ thường, hay những điều ta cho là hiển nhiên, nên nó phải được tính đến ngay từ đầu, đồng thời với việc rèn luyện thể chất; vì nếu bỏ qua việc rèn luyện đạo đức, nhiều lỗi lầm sẽ bén rễ trong đứa trẻ, khiến mọi ảnh hưởng của giáo dục ở giai đoạn sau sẽ chẳng có tác dụng gì. Về khả năng và kiến thức chung về cuộc sống, mọi thứ đều phụ thuộc hoàn toàn vào độ tuổi của người học trò. Hãy để đứa trẻ khôn ngoan theo cách của trẻ con; hãy để đứa trẻ tinh khôn và ngoan ngoãn theo cách trẻ con, nhưng không xảo quyệt như một người lớn. Cái sau không phù hợp với một đứa trẻ cũng như tâm trí trẻ con không phù hợp với một người trưởng thành.

Chương 2

Giáo dục Thể chất

34. Mặc dù những người nhận việc giáo dục trẻ em tại nhà không được gia chủ giao trẻ em cho họ chăm sóc từ sớm để chịu trách nhiệm giáo dục thể chất, nhưng đồng thời cũng sẽ giúp ích cho họ biết tất cả những gì cần biết để thưc hiện điều này trong phần giáo dục đứa trẻ từ đầu đến cuối. Mặc dù gia sư có thể chỉ phải làm việc với những đứa trẻ lớn hơn, nhưng có thể xảy ra trường hợp những đứa trẻ khác được sinh ra trong nhà, và nếu gia sư cư xử khôn ngoan, họ luôn luôn có thể trở thành người bạn tâm giao của cha mẹ và được hỏi ý kiến về các vấn đề liên quan đến việc rèn luyện thể chất cho những đứa trẻ nhỏ; điều này càng xảy ra thường xuyên hơn vì gia sư là người duy nhất được giáo dục tốt trong nhà. Do đó,

35. Việc rèn luyện thể chất, nói một cách chính xác, chỉ bao gồm việc chăm sóc và cho trẻ ăn, thường là công việc của cha mẹ hoặc bảo mẫu.

Nguồn dinh dưỡng mà Thiên nhiên đã ban tặng cho đứa trẻ là sữa mẹ, và sẽ tốt hơn cho cả hai khi người mẹ có khả năng cho con bú. Có người cho rằng tính khí của đứa trẻ sẽ bị ảnh hưởng bởi kiểu mẹ cho con bú như vậy, nhưng điều đó chỉ là thành kiến, dù rằng ta vẫn nghe nói về một số điểm trong cá tính của một người như sau: 'Bạn đã có tính đó từ trong sữa mẹ.'

Tuy nhiên, chúng ta phải đưa ra ngoại lệ trong những trường hợp cực đoan, chẳng hạn như khi tình trạng của người mẹ không tốt. Trước đây người ta tin rằng sữa đầu tiên mà người mẹ cho sau khi sinh con, giống như váng sữa, là không tốt cho sức khỏe và trước tiên phải loại bỏ sữa đó trước khi cho trẻ bú.

Dù vậy, Rousseau kêu gọi các bác sĩ chú ý đến điểm này để xác định xem liệu loại sữa đầu tiên này có hữu ích cho đứa trẻ hay không, vì Tạo hóa đã không tạo ra điều gì vô ích, và người ta thực sự đã phát hiện ra rằng những thứ thừa thãi trong phân của trẻ sơ sinh, được loại bỏ tốt nhất bằng loại sữa này, do đó rất hữu ích và không gây hại cho trẻ.

36. Một câu hỏi đã được đặt ra là liệu một đứa trẻ sơ sinh có thể được nuôi dưỡng tốt bằng sữa động vật hay không; nhưng sữa người có chất rất khác với sữa động vật. Sữa của tất cả các loài động vật ăn cỏ và rau củ sẽ sớm bị vón cục nếu thêm bất cứ thứ gì chua vào đó — chẳng hạn như axit tartaric, axit xitric, hoặc đặc biệt là axit rennet. Mặt khác, sữa mẹ không bị vón cục. Nhưng nếu người mẹ hoặc vú em ăn rau trong vài ngày, sữa của bà mẹ sẽ vón lại giống như sữa bò, v.v.; dù thế khi người mẹ quay lại chế độ ăn thịt một thời gian, sữa của họ sẽ trở lại tốt như xưa. Từ đó người ta kết luận rằng tốt nhất và lành mạnh nhất là người mẹ hoặc vú em ăn thịt trong thời gian cho con bú. Khi trẻ nôn ra sữa sẽ thấy sữa bị vón cục. Axit trong dạ dày trẻ phải đẩy nhanh quá trình đông tụ sữa hơn bất kỳ loại axit nào khác, vì sữa mẹ không thể đông tụ theo cách thông thường. Sẽ tệ hơn biết bao nếu sữa cho đứa trẻ tự nó bị vón cục! Tuy nhiên, chúng ta thấy từ phong tục của các quốc gia khác liên quan đến việc nuôi dạy trẻ sơ sinh, rằng mọi thứ không phụ thuộc vào điều này.

Có một bộ tộc người Nga ở Á châu hầu như không ăn gì ngoài thịt và là những dân tộc khỏe mạnh. Tuy nhiên, chúng không sống được lâu và có vóc dáng nhỏ bé đến mức một thanh niên trưởng thành, mà người ta không nghĩ là có thể nhẹ đến thế, và có thể được bế dễ dàng như một đứa trẻ. Mặt khác, người Thụy Điển, và đặc biệt là các bộ tộc Da đỏ, hầu như không ăn thịt, tuy nhiên đàn ông của họ lại cao và có thân hình cân đối. Vì vậy, có vẻ như từ những trường hợp này, tất cả đều phụ thuộc vào sức khỏe tốt của bảo mẫu và chế độ ăn uống tốt nhất cho người mẹ hoặc bảo mẫu là chế độ ăn phù hợp nhất với **họ.**

37. Câu hỏi ở đây được đặt ra là đứa trẻ sẽ được cho ăn như thế nào nếu mẹ hết sữa. Trong một thời gian, người ta đã thử dùng đủ loại thực phẩm có dạng bột, nhưng những loại thực phẩm đó ngay từ đầu đã không tốt cho trẻ.

Chúng ta phải đặc biệt lưu ý rằng không nên cho trẻ bất cứ thứ gì kích thích như rượu, gia vị, muối, v.v… Tuy nhiên, có một thực tế kỳ lạ là trẻ em rất khao khát những thứ thuộc loại này; điều này là do những chất này hoạt động như một chất kích thích và khơi dậy những ham muốn chưa phát triển nhưng làm cho chúng thích thú. Đúng là ở Nga, trẻ em được cha mẹ cho uống rượu mạnh, bản thân họ cũng là những người uống rượu mạnh, và người ta nhận thấy rằng người Nga là một dân tộc cường tráng và khỏe mạnh. Chắc chắn việc họ có thể chịu đựng được một thói quen như vậy chứng tỏ rằng họ phải có một thể chất tốt: tuy nhiên, thực tế là nhiều người lẽ ra đã có thể sống lâu hơn vì không dùng rượu, bia. Vì sự kích thích sớm như vậy đối với dây thần kinh là nguyên nhân gây ra nhiều rối loạn. Trẻ em nên được giữ cẩn thận ngay cả khi không ăn thức ăn và đồ uống quá ấm, vì chúng rất dễ làm suy yếu thể chất.

38. Hơn nữa, chúng ta nên lưu ý rằng trẻ em không cần phải mặc quần áo quá ấm vì máu của chúng vốn đã ấm hơn máu của người trưởng thành một cách tự nhiên. Nhiệt độ trong máu của một đứa trẻ đạt tới 43° C, trong khi máu của một người đàn ông hay phụ nữ trưởng thành chỉ đạt tới 36°. Một đứa trẻ sẽ bị ngộp trong cùng một nhiệt độ ấm áp mà người lớn thich` thú. Ngay cả người lớn cũng không tốt nếu ăn mặc quá ấm, trùm kín người và quen với đồ uống quá ấm, bởi vì những thói quen mát mẻ, trên hết, khiến con người trở nên mạnh mẽ. Vì vậy, thật tốt cho đứa trẻ khi có một chiếc giường cứng và mát. Tắm nước lạnh cũng tốt. Không được phép sử dụng chất kích thích nào để kích thích cơn đói của trẻ, vì cơn đói phải là hệ quả của hoạt động và làm việc. Tuy nhiên, không được phép để đứa trẻ làm quen với bất cứ điều gì đến mức cảm thấy mất mát khi không có nó. Tốt hơn hết là đừng khuyến khích việc hình thành những thói quen dù tốt hay xấu một cách giả tạo.

39. Ở các quốc gia man rợ, phong tục quấn tã cho trẻ sơ sinh không bao giờ được thực hiện. Thí dụ, các bộ tộc Da đỏ ở Mỹ châu đào những cái hố trên mặt đất và rải bụi từ những cây mục nát để giữ cho trẻ em ở một mức độ nhất định được sạch sẽ và khô ráo. Trong những cái hố này, bọn trẻ nằm, phủ đầy lá, ngoại trừ lớp che phủ này, chúng có thể tự do sử dụng chân tay.

Đơn giản là vì sự thuận tiện của chúng ta mà chúng ta quấn con mình như những xác ướp, để chúng ta không gặp khó khăn khi trông chừng chúng nhằm ngăn ngừa tứ chi của chúng không bị gãy hoặc cong. Tuy nhiên, điều thường xảy ra là chúng bị cong chỉ bằng cách quấn chúng. Ngoài ra, điều đó còn khiến bản thân bọn trẻ cảm thấy bất an và gần như rơi vào tuyệt vọng vì không bao giờ có thể sử dụng được tay chân của mình. Và rồi người ta tưởng tượng rằng bằng cách gọi đứa trẻ, chúng sẽ ngừng khóc. Nhưng giả sử một người trưởng thành cũng phải chịu sự đối xử tương tự, và chúng ta sẽ sớm xem liệu người đó có khóc và rơi vào tình trạng bất an và tuyệt vọng hay không.

Nói chung, chúng ta phải nhớ rằng giáo dục sớm chỉ mang tính tiêu cực—nghĩa là chúng ta không cần phải thêm bất cứ điều gì mà Thiên nhiên đã cung cấp, mà chỉ đơn thuần là bảo đảm rằng sự cung cấp đó được thực hiện hợp lý. Nếu chúng ta cần bổ sung thêm điều gì thì đó phải là quá trình rèn luyện cho đứa trẻ được cứng cáp. Tuy nhiên, nếu chúng ta muốn cẩn thận hơn, thì cách thức thích hợp nhất là làm một chiếc hộp có dây da [để treo] theo kiểu người Ý gọi là "cái giường cũi." Đứa trẻ không bao giờ được đưa ra khỏi chiếc hộp này, ngay cả khi được mẹ nó cho bú. Điều này bảo vệ đứa trẻ khỏi nguy cơ bị đè ngạt thở khi ngủ với mẹ vào ban đêm, khi ngủ chung với người lớn, nhiều đứa trẻ đã chết vì kiểu nay. Để cho trẻ ở trong cũi tốt hơn là quấn tã đứa trẻ vì nó được tự do cử động chân tay, đồng thời nó có tác dụng bảo vệ chống lại bất cứ thứ gì có thể làm tổn thương hoặc làm cong cơ thể trẻ.

40. Một phong tục khác của giáo dục mầm non là đu đưa trẻ sơ sinh. Cách dễ nhất để làm điều này là cách một số nông dân làm. Nôi được treo bằng dây vào xà nhà, khi kéo dây, nôi sẽ tự lắc lư từ bên này sang bên kia. Tuy nhiên, việc lắc lư hoàn toàn không được chấp nhận vì đu đưa tới lui không tốt cho trẻ. Chúng ta thấy điều này ở những người trưởng thành, những người mà việc đong đưa thường tạo ra cảm giác buồn nôn và choáng váng. Bằng cách đu đưa, các bảo mẫu muốn làm cho trẻ choáng váng để trẻ không khóc. Nhưng khóc là một điều lành mạnh đối với một đứa trẻ, vì khi một đứa trẻ được sinh ra và thở hơi thở đầu tiên, dòng máu trong huyết quản của nó bị thay đổi, gây ra cảm giác đau đớn; đứa trẻ ngay lập tức khóc, và năng lượng tiêu hao khi khóc sẽ phát triển và củng cố các cơ quan khác nhau trong cơ thể nó. Chạy ngay đến giúp một đứa trẻ khi nó khóc—hát cho nó nghe, như cách các bảo mẫu vẫn làm—là điều rất có hại cho đứa trẻ, và thường là bước đầu làm hư nó, vì khi nó thấy nó đạt được điều gì đó bằng cách khóc lóc đòi, nó sẽ khóc nhiều hơn nữa.

41. Trẻ em thường được dạy đi bằng dây dẫn và xe đẩy; nhưng, khi nghĩ về điều đó, có điều đáng ngạc nhiên là người ta lại khăng khăng dạy trẻ em cách đi, như thể từng có một con người không thể đi được vì không được hướng dẫn. Ngoài ra, dây dẫn đặc biệt có hại cho trẻ. Một nhà văn từng nhận xét rằng ông không nghi ngờ gì rằng căn bệnh hen suyễn mà ông mắc phải là do ông từng sử dụng dây dẫn khi còn nhỏ, điều mà ông cho rằng đã khiến lồng ngực của ông bị thu hẹp. Bởi vì một đứa trẻ nắm giữ mọi thứ hoặc nhặt mọi thứ từ sàn nhà, ngực của nó bị giữ lại bởi những sợi dây dẫn; và vì lồng ngực vẫn chưa phát triển nên bất kỳ áp lực nào cũng có xu hướng làm phẳng nó, và hình dạng của nó khi đó sẽ được giữ lại cho tới sau này. Ngoài ra, trẻ không học cách đi một cách chắc chắn như khi trẻ tự đi. Cách tốt nhất là để trẻ bò, cho đến khi dần dần chúng học được cách tự đi. Để ngăn chúng khỏi bị thương do những mảnh vụn trên sàn nhà, có thể trải một tấm thảm len xuống sàn nhà, đồng thời có tác dụng giảm bớt tai hại khi chúng ngã.

Người ta thường nói trẻ em té ngã rất nặng; tuy nhiên chúng không làm vậy; và đôi khi chúng ngã cũng không có hại gì. Chúng học càng sớm càng tốt để tìm lại thăng bằng và ngã mà không bị thương.

Theo thông lệ, người ta thường bảo vệ đầu của đứa trẻ bằng một loại mũ rộng vành, nhằm mục đíchbảo vệ đầu khi trẻ té xấp mặt. Nhưng đó chỉ là một nền giáo dục tiêu cực bao gồm việc sử dụng các dụng cụ nhân tạo thay vì dạy đứa trẻ sử dụng những dụng cụ mà Thiên Nhiên đã ban tặng cho nó. Ở đây, công cụ tự nhiên là đôi bàn tay của trẻ mà trẻ sẽ cố gắng sử dụng để đứng vững. Càng sử dụng nhiều công cụ nhân tạo, chúng ta càng trở nên phụ thuộc vào công cụ.

42. Nói chung, sẽ tốt hơn nếu sử dụng ít dụng cụ hơn và trẻ được phép tự học nhiều thứ hơn. Sau đó chúng sẽ học những điều này kỹ lưỡng hơn.

Thí dụ, đây là một điềurất có thể xảy ra là một đứa trẻ có thể tự học viết; vì chắc chắn ai đó đã từng tự mình khám phá ra điều này và việc khám phá đó không phải là một điều quá khó khăn. Ví dụ, nếu một đứa trẻ xin một chiếc bánh mì, người ta có thể yêu cầu trẻ vẽ một bức hình về thứ trẻ muốn —sau đó trẻ có thể vẽ một hình bầu dục thô; khi được yêu cầu mô tả mong muốn của nó chính xác hơn một chút—vì một hình bầu dục cũng có thể là một hòn đá cũng như một ổ bánh mì—sau đó nó có thể được hướng dẫn để diễn đạt chữ B theo một cách nào đó, v.v. Đứa trẻ có thể phát minh ra bảng chữ cái của riêng mình theo cách này, sau đó nó chỉ phải đổi lấy những ký hiệu khác.

43. Có một số trẻ em chào đời với những khiếm khuyết nhất định. Có phương pháp nào để khắc phục những khuyết điểm này không? Theo ý kiến của nhiều học giả uyên bác, người ta đã quyết định rằng việc sử dụng những dụng cụ hỗ trợ không có tác dụng gì trong những trường hợp như vậy mà có xu hướng làm trầm trọng thêm mối nguy hiểm bằng cách cản trở sự lưu thông của máu và dịch thể,[1] cũng như sự mở rộng lành mạnh của cả bên ngoài và các bộ phận bên trong cơ thể. Nếu đứa trẻ được tự do, nó sẽ rèn luyện cơ thể của mình, và một người lớn đã từng dùng những dụng cụ trợ giúp sẽ yếu hơn khi cởi chúng ra so với một người chưa bao giờ mặc chúng. Có lẽ một số điều tốt có thể được thực hiện cho những người sinh ra cơ thể đã bị vẹo do trọng lượng dồn nhiều hơn vào phía có cơ bắp khỏe hơn. Tuy nhiên, đây cũng là một thực hành nguy hiểm vì ai sẽ là người quyết định thế nào là sự cân bằng phù hợp?

Dường như cách tốt nhất là đứa trẻ nên học cách sử dụng tứ chi của mình và khắc phục khuyết điểm này bằng cách giữ cơ thể ở một tư thế nhất định, mặc

---

[1] Trong cơ thể con người có bốn loại chất dịch: máu, mật xanh, mật vàng, và đàm [ND].

dù nó có thể thấy khó khăn vì không có dụng cụ nào được sử dụng trong những trường hợp như vậy.

44. Tất cả những cách làm nhân tạo này gây tổn hại nhất ở chỗ chúng đi ngược lại mục đích của Thiên nhiên trong việc tạo ra những sinh vật có tổ chức và biết lẽ phải; vì Thiên nhiên đòi hỏi họ phải giữ tự do để có thể học cách sử dụng sức mạnh của mình. Tất cả những gì giáo dục có thể làm trong vấn đề này là ngăn chặn trẻ em trở nên ẻo lả. Điều này có thể được thực hiện bằng cách tập cho chúng thói quen cứng rắn, điều trái ngược với tính nhu nhược. Muốn cho trẻ làm quen với mọi thứ là quá liều lĩnh. Người Nga đã phạm sai lầm khi đi quá xa theo hướng này, và hậu quả là một số lượng lớn con cái của họ chết trẻ do quá trình huấn luyện quá cứng rắn. Thói quen là kết quả của sự lặp đi lặp lại liên tục của bất kỳ niềm vui hay hành động nào, cho đến khi sự thích thú hoặc hành động đó trở thành một điều cần thiết trong bản chất của chúng ta.

Không có gì mà trẻ em dễ dàng làm quen hơn và cần tránh xa chúng một cách cẩn thận hơn những thứ có tính kích thích cao như thuốc lá, rượu mạnh và đồ uống có chất cồn. Một khi trẻ đã có được thì rất khó từ bỏ những thứ này; và việc từ bỏ chúng ban đầu sẽ gây ra những rối loạn về thể chất, vì việc sử dụng nhiều lần bất cứ thứ gì đều ảnh hưởng đến sự thay đổi chức năng của các cơ quan khác nhau trong cơ thể chúng ta. Một người càng cho phép mình hình thành nhiều thói quen thì y càng trở nên ít tự do và độc lập hơn; vì con người cũng như mọi loài động vật khác; bất cứ điều gì y đã quen từ đầu đời luôn có sức hấp dẫn nhất định đối với người đó ở giai đoạn sau. Vì vậy, phải ngăn chặn trẻ em hình thành bất kỳ thói quen nào và cũng không nên dung dưỡng những thói quen đó mà chúng đã có.

45. Nhiều bậc cha mẹ muốn con mình làm quen với mọi thứ và bất cứ thứ gì. Nhưng điều này không tốt chút nào. Bởi bản chất con người nói chung cũng như bản chất của một số cá nhân nói riêng không cho phép huấn luyện như vậy và hậu quả là nhiều trẻ em phải ở trong tình trạng tập việc suốt đời. Chẳng hạn, một số bậc cha mẹ sẽ cho con đi ngủ, thức dậy và dùng bữa bất cứ khi nào chúng muốn; nhưng để chúng có thể làm điều này mà không bị trừng phạt, chúng phải tuân theo một chế độ ăn kiêng đặc biệt, một chế độ ăn kiêng giúp cơ thể khỏe mạnh và sửa chữa những điều xấu xa mà sự sinh hoạt bất thường này gây ra. Quả thực, chúng ta cũng tìm thấy nhiều trường hợp trong Thiên nhiên xảy ra theo chu kỳ. Động vật có thời gian ngủ đã được [thiên nhiên] ấn định, và con người nên làm quen với một thời khoá biểu nhất định để các chức năng của cơ thể không bị xáo trộn. Về vấn đề để trẻ con ăn bất cứ lúc nào chúng muốn, chúng ta không thể viện dẫn trường hợp nào [trong thế giới] động vật làm thí dụ; chẳng hạn như tất cả các loài động vật ăn cỏ đều nhận được rất ít dinh dưỡng mỗi lần chúng ăn, do đó việc chăn thả trên đồng cỏ nhất thiết phải là một công việc thường xuyên của chúng. Tuy nhiên, điều rất quan trọng đối với con người là luôn ăn uống đúng giờ. Nhiều bậc cha mẹ cố gắng tập cho con mình chịu đựng cái lạnh, mùi hôi và tiếng ồn; tuy nhiên, điều này hoàn toàn không cần thiết, điều duy nhất cần thiết là ngăn cản chúng hình thành thói quen. Và để làm được điều này, tốt nhất là không phải lúc nào chúng cũng phải tuân theo những điều kiện giống nhau.

46. Giường cứng tốt cho sức khỏe hơn giường mềm nhiều; và nói chung, một nền giáo dục nghiêm khắc rất hữu ích trong việc rèn luyện cơ thể. Bằng một nền giáo dục nghiêm khắc, chúng ta chỉ phải hiểu điều gì có xu hướng ngăn cản người ta không có được sự thoải mái. Nững thí dụ đã được công nhận về khẳng định này không thiếu, chỉ có điều là không được quan sát, hay nói đúng hơn là người ta sẽ chẳng để tâm quan sát chúng.

47. Về việc rèn luyện tính cách—mà theo một nghĩa nào đó, chúng ta cũng có thể gọi là rèn luyện thể chất—chúng ta phải ghi nhớ chủ yếu rằng kỷ luật không khắc nghiệt như đối với nô lệ. Vì một đứa trẻ phải luôn ý thức về quyền tự do của mình, nhưng phải luôn theo cách không can thiệp vào quyền tự do của người khác—trong trường hợp trẻ vi phạm, chúngphải gặp sự phản đối. Nhiều bậc cha mẹ từ chối mọi điều con yêu cầu để chúng rèn luyện tính kiên nhẫn, nhưng khi làm như vậy, họ đòi hỏi con mình phải kiên nhẫn hơn chính họ. Điều này thật tàn nhẫn. Người ta nên cho một đứa trẻ bao nhiêu tùy ý nó, rồi nói với nó 'đủ rồi'; nhưng quyết định này phải tuyệt đối cuối cùng. Không bao giờ nên chú ý đến một đứa trẻ khi nó khóc đòi bất cứ điều gì, và không bao giờ nên đáp ứng mong muốn của trẻ nếu chúng cố gắng "tống tiền" điều gì đó bằng cách khóc lóc; nhưng nếu chúng yêu cầu đúng cách thì chúng sẽ được trao cho, miễn là điều đó có lợi cho chúng. Bằng cách này, đứa trẻ cũng sẽ trở nêncởi mở; và vì nó không làm phiền ai vì tiếng khóc của mình nên mọi người sẽ thân thiện với nó.

Thượng đế dường như đã ban cho trẻ em những phương tiện hạnh phúc, chiến thắng để chúng có thể chiếm được lòng người khác. Không có gì làm hại trẻ em hơn việc áp đặt một kỷ luật hà khắc như đối với nô lệ với chúng nhằm phá vỡ ý chí tự giác của chúng.

48. Trong tám tháng đầu đời của trẻ, thị giác của trẻ chưa phát triển đầy đủ. Đúng là nó trải nghiệm cảm giác về ánh sáng, nhưng vẫn chưa thể phân biệt được vật này với vật khác. Để thuyết phục bản thân về điều này, chúng ta chỉ cần giơ một vật lấp lánh trước mắt trẻ rồi lấy nó ra; chúng ta có thể nhận thấy ngay rằng nó không nhìn theo vật đó.

Cùng lúc với thị giác, khả năng cười và khóc được phát triển. Khi đứa trẻ đã đạt đến giai đoạn đó, luôn có một lý do, dù lý do đó có thể không rõ rang, khiến cho đứa trẻ khóc. Nó khóc khi nghĩ rằng mình đã bị tổn hại gì đó. Rousseau nói rằng nếu bạn chỉ chạm vào tay một đứa trẻ sáu tháng tuổi, nó sẽ hét lên như thể bị một thanh gỗ đang cháy chạm vào. Ở đây đứa trẻ thực sự có một cảm giác bực mình bên cạnh sự tổn thương về thể xác đơn thuần.

Cha mẹ nói nhiều về việc bắt con cái phục tùng trái với ý muốn của chúng, nhưng không cần thiết phải làm trái ý muốn của con cái, trừ khi chúng đã bị hư vì được chiều chuộng rồi. Sự hư hỏng bắt đầu khi một đứa trẻ chỉ biết khóc để làm theo ý mình. Về sau việc sửa thói xấu này rất khó; thực sự, nó khó có thể được thực hiện. Chúng ta có thể giữ cho đứa trẻ không khóc hoặc làm chúng ta lo lắng, nhưng nó nuốt chửng sự khó chịu của nó và nuôi dưỡng sự tức giận trong lòng nhiều hơn. Trẻ em trở thành những kẻ giả dối như thế nào? Bằng cách này, đứa trẻ trở nên quen với việc che giấu và kích động tâm trí. Chẳng hạn, rất kỳ lạ khi cha mẹ lại mong đợi con mình quay lại và hôn tay mình sau khi họ vừa đánh con. Đó là cách dạy trẻ trở thành kẻ dối trá và giả dối. Vì đối với đứa trẻ, chắc chắn là chúng chẳng thể nhìn cây roi bằng cặp mắt thiện cảm, để mà biết ơn sự trừng phạt, và ta chắc chắn có thể tưởng tượng một cách dễ dàng đứa trẻ sẽ cảm thấy như thế nào khi hôn bàn tay của kẻ đã trừng phạt nó.

49. Chúng ta thường nói với một đứa trẻ: 'Fie, thật xấu hổ! con không nên làm điều đó,' v.v... Nhưng những biểu hiện như vậy là vô ích trong giai đoạn đầu của quá trình giáo dục này; vì đứa trẻ vẫn chưa có cảm giác xấu hổ hay [thế nào là] cách cư xử đúng đắn. Nó không có gì phải xấu hổ, và không nên xấu hổ. Do đó, những biểu hiện này sẽ khiến nó trở nên rụt rè, nhút nhát. Nó sẽ trở nên xấu hổ trước những người khác và có xu hướng tránh xa sự bầu bạn của họ—và từ đó nảy sinh sự dè dặt và che giấu có hại. Nó sợ phải yêu cầu bất cứ điều gì, trong khi lẽ ra nó phải yêu cầu tất cả những gì nó muốn. Nó che giấu tính cách thực sự của mình và luôn tỏ ra khác biệt với con người thật của mình khi lẽ ra nó có thể nói chuyện thẳng thắn và thoải mái. Thay vì luôn ở gần bố mẹ, nó lại xa lánh họ, thích kết bạn với những người hầu trong nhà.

50. Một phương thức chẳng khá hơn cách nuôi dạy con cái phiền toái này là phương thức liên tục chơi đùa và vuốt ve đứa trẻ; điều này khiến nó trở nên cứng đầu và giả dối, và khi để cho nó thấy sự yếu đuối của mình, cha mẹ sẽ đánh mất sự tôn trọng cần thiết trong mắt con cái. Mặt khác, nếu nó được huấn luyện đến mức khóc lóc cũng chẳng được gìnó sẽ thẳng thắn mà không hỗn xược, khiêm tốn mà không rụt rè. Sự táo bạo, hay gần giống như vậy, sự xấc xược, là không thể chịu đựng được. Có nhiều người mà sự xấc xược thường xuyên đã khiến họ có biểu hiện đến mức chỉ cần nhìn họ cũng khiến người ta mong đợi sự thô lỗ từ họ, trong khi bạn chỉ cần nhìn người khác để thấy ngay rằng họ không có khả năng thô lỗ với bất kỳ ai. Giờ đây, chúng ta luôn có thể thẳng thắn trong thái độ của mình, miễn là sự thẳng thắn của chúng ta đi kèm với một lòng tử tế nào đó. Người ta thường nói về những người thuộc tầng lớp có khí chất ương giả, nhưng đây chẳng qua là một phong cách tự lập nhất định do họ không gặp phải sự phản đối nào trong suốt cuộc đời.

51. Có thể nói một cách đúng đắn rằng con cái của giai cấp lao động được chiều chuộng hơn con cái của giai cấp cao hơn, vì giai cấp lao động chơi với con mình như chơi với khỉ, hát cho chúng nghe, chăm sóc, hôn và nhảy múa với chúng . Họ nghĩ rằng thực sự họ đang làm điều tử tế với con mình khi luôn chạy đến khi nó khóc và chơi với nó, v.v.; nhưng [làm như vậy] chỉ khiến nó khóc thường xuyên hơn. Mặt khác, nếu không có ai chú ý đến tiếng khóc của đứa trẻ, cuối cùng nó sẽ ngưng—vì không ai muốn tiếp tục làm một điều không có kết quả. Một khi đứa trẻ đã quen với việc được thỏa mãn mọi ý muốn chợt mống lêncủa mình thì đã quá muộn để bắt đầu làm trái ý muốn của nó. Mặt khác, nếu ta không ngại tiếng khóc của trẻ, trẻ sẽ sớm chán. Nhưng nếu những tưởng tượng của nó luôn được thỏa mãn thì cả tính cách lẫn cách cư xử của nó sẽ bị hư hỏng.

Quả thực, đứa trẻ vẫn chưa có ý thức về cách cư xử, nhưng nó đi xa đến việc làm hỏng bản tính tự nhiên của nó, vì thế sau đó cần có những biện pháp mạnh mẽ để hóa giải cái xấu do được nuông chiều quá sớm gây ra. Sau này, khi cố gắng bỏ thói quen chiều theo mọi mong muốn của đứa trẻ, tiếng khóc của nó sẽ đi kèm với một cơn thịnh nộ dữ dội nhất mà người lớn có thể làm được, chỉ có điều nó không còn đủ sức lực để thực hiện. Đây chỉ là những gì chúng ta phải mong đợi, đối với những đứa trẻ từ lâu đã có thói quen khóc để đạt được thứ mình muốn, trở thành những kẻ chuyên quyền thực sự và đương nhiên trở nên buồn phiền khi sự cai trị của chúng đột ngột chấm dứt; vì ngay cả những người đã trưởng thành đã giữ chức vụ cao một thời gian cũng cảm thấy rất khó khăn nếu đột nhiên bị kêu gọi thoái vị.

52. Ở đây chúng ta cũng phải bàn về việc rèn luyện cảm giác vui sướng hay đau đớn. Trong việc này công việc của chúng ta phải tiêu cực; chúng ta phải thấy rằng sự nhạy cảm của trẻ không bị hư hỏng do được nuông chiều quá mức. Yêu thích sự thoải mái có hại nhiều hơn tất cả những tệ nạn của cuộc sống. Chúng ta phải đề phòng sự buông thả quá mức, không thích làm việc và kén ăn chọn mặc. Vì vậy, điều quan trọng nhất là trẻ em phải được dạy cách làm việc sớm. Nếu không quá ham mê, trẻ em sẽ tự nhiên thích những trò giải trí đòi hỏi phải vận dụng tay chân và những công việc đòi hỏi phải rèn luyện sức mạnh. Về thú vui, tốt nhất không nên để chúng kén ăn, chọn mặc, hay lựa chọn ỏng eo. Theo quy luật, các bà mẹ chiều chuộng con mình theo cách này và nuông chiều chúng quá mức.

Mặc dù vậy, chúng ta thường nhận thấy rằng trẻ em, đặc biệt là các bé trai, yêu quý cha hơn mẹ. Điều này có lẽ là do các bà mẹ rụt rè, không cho phép trẻ sử dụng tay chân theo ý muốn vì sợ trẻ tự làm tổn thương mình. Mặt khác, trong khi các ông bố, mặc dù nghiêm khắc với chúng và có thể trừng phạt thật nặng khi chúng nghịch ngợm, nhưng thỉnh thoảng vẫn đưa chúng ra đồng và không cố cản trở những trò chơi trẻ con của chúng.

53. Một số người tin rằng việc bắt trẻ chờ đợi lâu để có được thứ chúng muốn có nghĩa là dạy chúng tính kiên nhẫn. Tuy nhiên, điều này hầu như không cần thiết, mặc dù chắc chắn là trong những lúc bệnh tật, v.v.., sự kiên nhẫn là cần thiết. Kiên nhẫn có hai mặt, bao gồm việc từ bỏ mọi hy vọng hoặc có được lòng can đảm mới để tiếp tục. Điều đầu tiên là không cần thiết, miễn là chúng ta hy vọng đạt được điều gì đó là có thể; điều thứ hai chúng ta nên luôn mong muốn, miễn là điều chúng ta phấn đấu là đúng đắn. Tuy nhiên, trong trường hợp bệnh tật, sự vô vọng sẽ làm hỏng những gì đã được sự vui vẻ làm cho tốt đẹp. Nhưng những người vẫn còn thu được can đảm, dù trong tình trạng thể chất hoặc tinh thần của mình như thế nào, sẽ không từ bỏ mọi hy vọng.

54. Như đã được nhận xét, ta phải tránh không khuất phục ý chí của trẻ mà chỉ nên uốn nắn ý chí của chúng theo cách có thể gặp phải những trở ngại tự nhiên. Đúng là lúc đầu đứa trẻ phải nhắm mắt vâng lời. Thật không tự nhiên khi một đứa trẻ ra lệnh bằng tiếng khóc và kẻ mạnh phải tuân theo kẻ yếu. Trẻ em không bao giờ, ngay cả trong thời thơ ấu, được phép hài lòng vì chúng khóc, cũng như không được phép ép buộc bất cứ điều gì bằng cách khóc. Cha mẹ thường mắc sai lầm trong việc này, và sau đó, với mong muốn xóa bỏ hậu quả của sự chiều chuộng quá mức của mình, họ đã từ chối con cái ở cuộc sống sau này bất cứ điều gì chúng yêu cầu. Tuy nhiên, sẽ rất sai lầm khi từ chối con cái một cách vô cớ những gì chúng có thể mong đợi một cách tự nhiên từ lòng thương của cha mẹ, chỉ vì mục đích của sự từ khước là để chống lại chúng, và rằng con cái, là những người yếu đuối hơn, nên cảm nhận được sức mạnh vượt trội của cha mẹ.

55. Thỏa mãn ước muốn của con cái là làm hư chúng; cố tình ngăn cản chúng là một cách nuôi dạy hoàn toàn sai lầm. Điều đầu tiên thường xảy ra khi cha mẹ xem con cái là đồ chơi của minh, và đặc biệt là trong thời gian chúng bắt đầu biết nói. Tuy nhiên, việc làm hư một đứa trẻ sẽ gây ra tác hại rất lớn, ảnh hưởng đến toàn bộ cuộc đời của nó. Những người cản trở ý muốn của trẻ em ngăn cản ý muốn (và nhất thiết phải ngăn cản chúng) bộc lộ ra ngoài sự tức giận của chúng; nhưng cơn giận dữ bên trong của chúng sẽ càng mạnh mẽ hơn, vì trẻ em chưa học được cách kiểm soát bản thân.

Vì vậy, những quy tắc sau đây cần được tuân thủ với trẻ ngay từ những ngày đầu đời:—Khi chúng khóc, và chúng ta có lý do để tin rằng chúng bị tổn thương, chúng ta nên đến giúp đỡ chúng. Mặt khác, khi chúng khóc chỉ vì nóng nảy thì nên để mặc chúng. Và cách đối xử với chúng như vậy nên được tiếp tục khi chúng lớn lên. Trong trường hợp này, sự phản đối mà đứa trẻ gặp phải là hoàn toàn tự nhiên, và nói một cách chính xác, chỉ là tiêu cực, đơn giản là nó không được nuông chiều. Mặt khác, nhiều đứa trẻ nhận được tất cả những gì chúng muốn từ cha mẹ bằng cách kiên trì đòi hỏi. Nếu trẻ em được phép khóc để đạt được bất cứ thứ gì chúng muốn, chúng sẽ trở nên cáu kỉnh; trong khi nếu chúng được phép lấy bất cứ thứ gì chúng muốn bằng cách yêu cầu, tính cách [cáu kỉnh] của chúng sẽ bị suy yếu. Nếu không có lý do quan trọng nào ngược lại thì yêu cầu của trẻ sẽ được chấp nhận; nếu có lý do ngược lại thì không nên chấp nhận, cho dù yêu cầu có được lặp lại thường xuyên đến đâu. Lời từ chối luôn phải là quyết định cuối cùng. Điều này sẽ sớm có tác dụng làm cho việc lặp lại trở nên không cần thiết.

56. Giả sử—một điều cực kỳ hiếm khi xảy ra—rằng một đứa trẻ có bản chất bướng bỉnh, thì tốt nhất nên đối xử với nó theo cách này:—Nếu nó từ chối làm bất cứ điều gì để làm hài lòng chúng ta, chúng ta phải từ chối làm bất cứ điều gì để làm nó hài lòng.

57. Chúng ta có thể coi tất cả những điều này là sự huấn luyện tiêu cực, vì nhiều điểm yếu của nhân loại không phải do thiếu sự dạy dỗ mà là do những ấn tượng sai lầm. Thí dụ, nỗi sợ hãi về nhện và cóc, v.v., được bảo mẫu gợi ý cho trẻ em. Một đứa trẻ có thể sẽ nhặt một con nhện dễ dàng như bất cứ thứ gì khác, nếu sự kinh hãi của cô bảo mẫu khi nhìn thấy những con nhện không ảnh hưởng đến đứa trẻ bởi một sự đồng cảm nào đó. Nhiều đứa trẻ mang theo nỗi sợ hãi này suốt đời, và trong vấn đề này chúng luôn luôn mang tính trẻ con; đối với loài nhện, mặc dù nguy hiểm đối với loài ruồi và vết cắn của chúng là chất độc nhưng lại vô hại đối với con người. Tương tự như vậy, con cóc cũng vô hại như con ếch xanh xinh đẹp hay bất kỳ loài động vật nào khác.

Chương 3

Giảng dạy

58. Mặt tích cực của giáo dục thể chất là văn hóa. Chính điều này đã phân biệt con người với động vật. Văn hóa chủ yếu bao gồm việc rèn luyện các năng lực tinh thần. Vì vậy, cha mẹ nên cho con mình cơ hội thực hiện những bài tập như vậy. Nguyên tắc đầu tiên và quan trọng nhất là tất cả các dụng cụ hỗ trợ nhân tạo nên được loại bỏ càng nhiều càng tốt. Vì vậy, khi còn nhỏ, dây dẫn và xe đẩy[1] nên được loại bỏ và trẻ được phép bò trên mặt đất cho đến khi trẻ học cách tự đi—khi đó trẻ sẽ đi vững vàng hơn. Việc sử dụng các công cụ là sự hủy hoại tính nhanh nhẹn tự nhiên. Vì vậy, chúng ta muốn một sợi dây đo được một khoảng cách nhất định, mặc dù chúng ta cũng có thể đo nó bằng mắt; hoặc một chiếc đồng hồ để báo giờ, khi nào chúng ta có thể làm điều này dựa vào vị trí của mặt trời; hoặc một chiếc la bàn để tìm đường trong rừng, khi chúng ta có thể thay vào đó được hướng dẫn bởi vị trí của mặt trời vào ban ngày, của các ngôi sao vào ban đêm. Thật vậy, chúng ta thậm

---

[1] Dây dẫn và xe đẩy là những dụng cụ tập cho trẻ đi được sử dụng ở Âu châu trong thế kỷ 18, 19 {ND].

chí có thể nói rằng thay vì cần đến thuyền, chúng ta có thể bơi trên mặt nước. Franklin[2] nổi tiếng đã thắc mắc tại sao mọi người không học bơi, vì bơi lội rất thú vị và rất hữu ích. Ông cũng gợi ý một cách dễ dàng để tự học bơi:—Đứng trong một con suối với nước ngập đến cổ, bạn thả một quả trứng xuống nước rồi cố gắng với lấy nó. Khi cúi người về phía trước để làm điều này, bạn sẽ bị nhấc chân ra và để ngăn nước vào miệng, bạn sẽ ngửa đầu ra sau. Bây giờ bạn đã ở tư thế thích hợp để bơi và chỉ cần dùng tay quạt nước là bạn đã thực sự bơi.

Điều cần phải làm là bảo đảm khả năng tự nhiên được rèn luyện. Đôi lúc trẻ cần có sự hướng dẫn; có lúc trí óc đứa trẻ đủ sáng tạo, hay tạo ra những dụng cụ cho nó dùng.

59. Điều cần ghi nhận trong giáo dục thể chất, đối với việc rèn luyện cơ thể, liên quan đến việc sử dụng các chuyển động có chủ ý hoặc đến các cơ quan cảm giác. Đối với điều đầu tiên trong những điều này, điều mong muốn là đứa trẻ phải luôn tự giúp mình. Để làm được điều này, cần phải có cả sức mạnh và kỹ năng, sự nhanh nhẹn và tự tin, chẳng hạn như để có thể đi dọc những con đường hẹp, hoặc leo lên

---

[2] Benjamin Franklin, người Mỹ, đã có nhiều phát minh quan trọng như cột thu lôi và kính đeo mắt hai tròng [ND].

những nơi dốc với vực thẳm trước mắt, hoặc đi qua một tấm ván mỏng. . Nếu một người lớn không thể làm được điều này thì người đó không hoàn toàn được xem là đã trưởng thành.

Kể từ khi trường Philanthropinon[3] ở xứ Dessau được xem là mẫu mực, nhiều nỗ lực kiểu này đã được thực hiện với trẻ em ở các cơ sở khác. Thật tuyệt vời khi đọc cách người Thụy Sĩ đã quen với việc leo núi từ khi còn nhỏ, họ sẵn sàng dấn thân dọc theo những con đường hẹp nhất với sự tự tin hoàn hảo và nhảy qua vực sâu, trước tiên đã đo khoảng cách bằng mắt, để xem có đủ sức để nhảy qua hay không.

Tuy nhiên, hầu hết mọi người đều lo sợ một nguy cơ té ngã tưởng tượng nào đó, và nỗi sợ hãi này thực sự làm tê liệt tứ chi của họ, do đó, đối với họ, một hành động như vậy sẽ thực sự đầy nguy hiểm. Nỗi sợ hãi này thường tăng lên theo tuổi tác và chủ yếu được tìm thấy ở những người làm việc nhiều bằng trí óc. Đối với trẻ em, việc cố gắng như vậy thực sự không nguy hiểm lắm; so với sức lực của chúng, chúng nhẹ hơn nhiều so với người lớn và vì lý do này mà chúng không bị ngã quá nặng. Ngoài ra, xương của chúng

---

[3] Philanthropinon là một trường học cải cách và cấp tiến được thành lập tại Dessau, Đức quốc vào năm 1774. Trường này do nhà giáo Johann Bernhard Basedow thành lập nhằm áp dụng những nguyên tắc giáo dục do Jean-Jacque Rousseau đề ra.

không quá cứng và dễ gãy theo tuổi tác. Trẻ con thường dùng sức lực của mình để chứng minh theo ý mình. Thí dụ, chúng ta thường thấy chúng leo trèo mà không có lý do cụ thể. Chạy là một bài tập lành mạnh và làm cơ thể mạnh mẽ. Nhảy, nâng tạ, mang vác, ném vật nặng về phía đích, đấu vật, chạy đua và tất cả các bài tập như vậy đều tốt. Khiêu vũ, xét theo khía cạnh phức tạp, không mấy phù hợp thực sự với tuổi thơ.

60. Các bài tập ném, dù là ném xa hay đánh trúng mục tiêu, đều có thêm lợi ích là rèn luyện các giác quan, đặc biệt là thị lực. Các trò chơi với bóng là một trong những trò chơi hay nhất dành cho trẻ em vì chúng đòi hỏi trẻ phải vận động chân chạy mạnh mẽ.

Nói chung, những trò chơi đó là trò chơi tốt nhất kết hợp sự phát triển kỹ năng với việc rèn luyện các giác quan—thí dụ, những trò chơi rèn luyện thị lực trong việc đánh giá chính xác khoảng cách, kích thước và tỷ lệ, trong việc tìm vị trí của các địa điểm ở các khu vực khác nhau nhờ mặt trời, v.v... Tất cả những điều này đều là sự rèn luyện tốt. Lợi ích lớn nhất cũng là trí tưởng tượng cục bộ, mà theo tôi, là khả năng nhớ lại vị trí chính xác của những nơi mà chúng ta đã nhìn thấy những thứ nhất định—chẳng hạn như khi ta có thể tìm đường ra khỏi rừng bằng cách chú ý đến những cái cây mà ta đã vượt qua. Tương tự như vậy, ký ức cục bộ[4], qua đó chúng ta nhớ lại không chỉ điều gì đó chúng ta đã đọc ở cuốn sách nào mà còn ở phần nào của cuốn sách. Vì vậy, người nhạc sĩ có những phím đàn ngay trước mắt mình và không cần phải có nhạc cụ thực sự trước mặt khi sáng tác. Việc rèn luyện đôi tai của trẻ cũng rất hữu ích, để chúng có thể biết âm thanh đến từ xa hay gần, từ bên này hay bên kia.

61. Trò chơi "bịt mắt bắt dê" (blindman's buff)[5] dành cho trẻ em đã được người Hy Lạp biết đến và gọi nó là μυΐνδα. Nói chung, trò chơi của trẻ em ở đâu cũng giống nhau; những thứ được tìm thấy ở Đức cũng được tìm thấy ở Pháp và Anh, v.v... Những trò chơi này có chung nguyên tắc chú trọng vào một bản năng nào đó cho tất cả trẻ em. Thí dụ, trong trò 'bịt mắt bắt dê,' người ta mong muốn biết họ sẽ tự giúp mình như thế nào nếu họ bị mất một trong các giác quan.

---

[4] Ký ức về nơi chốn [ghi chú của Annette Churton].
[5] Blindman's buff là một trò chơi của trẻ em và cả người lớn. Trò chơi được chơi ở ngoài sân hay trong một phòng rộng. Một ngườ chơi được bịt mắt làm người mù và tìm cách "bắt" bằng cách chạm vào những người chơi khác. Ai bị chạm phải sẽ bị loại khỏi trò chơi. Trò chơi tiếp diễn cho đến khi mọi người bị "bắt" hết [ND].

Quay vụ là trò chơi một người chơi. Những trò chơi như thế này mang lại ý nghĩa quan trọng để những người trưởng thành suy ngẫm sâu hơn và đôi khi còn dẫn đến những khám phá quan trọng. Vì vậy Segner đã viết một chuyên luận về con vụ; và đã giúp cho một thuyền trưởng người Anh vật liệu để phát minh ra một chiếc gương, dùng nó để đo chiều cao của các ngôi sao từ một con tàu.

Trẻ em thích những nhạc cụ ồn ào như kèn, trống, v.v..; nhưng những điều này đều bị phản đối vì chúng trở thành mối phiền toái cho người khác. Tuy nhiên, sẽ ít phản đối hơn nếu trẻ em học cách cắt một cây sậy để chơi trên đó.

Đánh đu cũng là một bài tập lành mạnh cho cả người lớn và trẻ em. Tuy nhiên, trẻ em nên được theo dõi kẻo chúng lắc lư quá nhanh.

Thả diều cũng là một trò chơi không thể chê vào đâu được. Nó đòi hỏi sự khéo léo, khả năng bay của con diều tùy thuộc vào việc nó ở một vị trí nhất định tương đối với gió.

62. Vì lợi ích của những trò chơi này, đứa trẻ sẽ từ chối những mong muốn khác của mình, và do đó rèn luyện bản thân một cách vô thức cho những thiếu thốn khác lớn hơn. Hơn nữa, đứa trẻ sẽ quen với sự huấn luyện như một công việc thường xuyên; tuy nhiên vì lý do đó mà những trò chơi này không nên chỉ đơn thuần là những trò chơi, mà là những trò chơi có mục đích và mục tiêu nào đó. Vì cơ thể của đứa trẻ càng được củng cố và cứng rắn theo cách này thì chắc chắn nó sẽ càng tránh được những hậu quả tai hại của việc buông thả quá mức [cho một ham muốn nào đó]. Thể dục dụng cụ cũng chỉ nhằm mục đích hướng dẫn [bản năng] Tự nhiên; do đó chúng ta không được tạo ra sự uyển chuyểngiả tạo.

Kỷ luật phải đi trước sự hướng dẫn. Tuy nhiên, ở đây, trong việc rèn luyện thể chất cho trẻ em, chúng ta cũng phải quan tâm để chúng phù hợp với xã hội. Rousseau nói: "Ta sẽ không bao giờ có được một người [trưởng thành] có năng lực, trừ khi trước tiên ta có một đứa trẻ khôn ngoan từ đường phố." Một cậu bé sôi nổi sẽ sớm trở thành một người lớn tốt hơn là một cậu bé tự phụ và kiêu ngạo.

Một đứa trẻ phải học cách không gây rắc rối hay tìm cách lấy lòng bạn đồng hành. Đứa trẻ phải tự tin trước lời mời của người khác mà không tỏ ra khó chịu, thẳng thắn mà không xấc xược. Những điều chúng ta phải làm, như những phương tiện để đạt tới mục đích này, là không được làm hư hỏng bản chất của trẻ, cũng không được mớm cho trẻ những ý tưởng về thế nào là cách cư xử tốt, vì những ý tưởng này chỉ khiến trẻ trở nên rụt rè và nhút nhát, hoặc, theo một kiểu khác, khuyến khích trẻ trở nên xấc xược khi muốn khẳng định mình. Không có điều gì khôi hài hơn khi thấy một đứa trẻ vừa có hành vi tốt đáng quý và cả sự tự phụ cao ngạo. Trong trường hợp cuối cùng này, chúng ta phải để đứa trẻ nhìn thấy điểm yếu của mình nhiều hơn, nhưng đồng thời chúng ta không được chế ngự nó bằng cảm giác về sự vượt trội và quyền lực của mình; do đó, mặc dù đứa trẻ có thể phát triển cá tính riêng của mình, nhưng nó chỉ nên làm như vậy với tư cách là một thành viên của xã hội—trong một thế giới đúng là phải đủ rộng lớn cho nó cũng như cho những người khác. Toby trong 'Tristram Shandy' nói với một con ruồi đã làm phiền ông ta một thời gian và cuối cùng ông ta đã đuổi ra ngoài cửa sổ, 'Biến đi, sinh vật mệt mỏi; thế giới đủ rộng lớn cho cả hai chúng ta.' Mong mỗi chúng ta lấy những lời này làm phương châm của mình. Chúng ta không cần phải gây rắc rối cho nhau; thế giới đủ rộng lớn cho tất cả chúng ta.

Chương 4

Rèn luyện Tâm trí

63. Bây giờ chúng ta đến với việc rèn luyện tâm trí, mà theo một nghĩa nào đó, chúng ta cũng có thể gọi là rèn luyện thể chất [của tâm trí]. Tuy nhiên, chúng ta phải phân biệt giữa bản chất và tự do. Việc đưa ra luật lệ cho tự do là một việc hoàn toàn khác so với việc rèn luyện bản chất. Bản chất của cơ thể và bản chất của tâm trí cùng gặp nhau ở điểm này, rằng sự tu dưỡng sẽ ngăn chặn sự hư hỏng của cả hai, và rằng nghệ thuật bổ sung một cái gì đó cho cả hai. Do đó, chúng ta có thể gọi việc rèn luyện tâm trí là thể chất, theo một nghĩa nào đó, cũng giống như việc rèn luyện cơ thể.

Tuy nhiên, sự rèn luyện thể chất của tâm trí này phải được phân biệt với sự rèn luyện đạo đức, ở chỗ nó chỉ hướng đến bản chất, trong khi sự rèn luyện đạo đức hướng đến sự tự do. Một người có thể được rèn luyện thể chất cao, và có thể có một tâm trí được rèn luyện tốt; nhưng nếu anh ta thiếu văn hóa đạo đức, anh ta sẽ là một người xấu xa.

Sự rèn luyện thể chất, dù sao, phải được phân biệt với sự rèn luyện thực tế, mà sự rèn luyện sau cùng là sự thực dụng hoặc đạo đức. Trong trường hợp sau, đạo dức mới là mục đích, chứ không phải văn hoá.

64. Sự rèn luyện thể chất của trí óc có thể được chia thành hai loại (1) văn hoá tự do và (2) văn hoá học thuật. ự rèn luyện tự do, như nó vốn có, chỉ là một trò tiêu khiển, trong khi rèn luyện học thuật tạo thành một công việc. Rèn luyện tự do là thứ phải luôn được quan sát với trẻ em. Mặt khác, trong rèn luyện học thuật, trẻ em được coi là bị hạn chế. Chúng ta có thể bận rộn với các trò chơi, mà chúng ta gọi là bận rộn trong thời gian rảnh rỗi của mình, và chúng ta có thể bận rộn với sự ép buộc, mà chúng ta gọi là công việc. Rèn luyện học thuật tạo thành công việc cho trẻ em, rèn luyện tự do tạo thành trò chơi.

65. Nhiều người đã soạn ra nhiều kế hoạch giáo dục khác nhau để khám phá ra những phương pháp tốt nhất—một nỗ lực đáng khen ngợi nhất. Một trong số những kế hoạch đề xuất rằng trẻ em nên được phép học mọi thứ như thể đang chơi. Trong một bài báo trên 'Tạp chí Göttingen', Lichtenberg chế giễu sự điên rồ khi cố gắng biến mọi thứ thành trò chơi cho trẻ em trai, trong khi chúng phải làm quen với học tập nghiêm túc ngay từ khi còn nhỏ, vì chúng phải bước vào công cuộc học tập vào một thời điểm nào đó. Đây là một quan niệm hoàn toàn vô lý. Một đứa trẻ phải chơi, phải có những giờ giải trí của mình; nhưng chúng cũng phải học cách làm việc. Rèn luyện kỹ năng chắc chắn là một điều tốt, cũng như bồi dưỡng trí óc, nhưng hai loại rèn luyện này phải có những giờ riêng biệt. Hơn nữa, thật bất hạnh cho những người mà bản chất họ lại có xu hướng không ưa hành động. Một người càng để cho khuynh hướng này kéo dài thì họ càng thấy khó khi quyết định làm việc.

66. Làm một công việc, tự nó, thực chẳng thú vị gì, nhưng nó được thực hiện vì mục đích của chính nó. Mặt khác, trong trò chơi thì việc chơi tự nó là điều thú vị mà không cần phải có mục đích gì cả. Khi ta đi dạo, ta làm điều này vì ta thích đi dạo, và vì thế đi càng xa ta càng thích; còn nếu ta phải đi tới một nơi nhất địnhnào đó, mục đích của chuyến đi là tìm một ai đó hay cái gì đó ở chỗ đó, và vì thế, một cách tự nhiên ta sẽ tìm một con đường ngắn nhất. Cùng một thể ấy trong những trò chơi bài. Thật lạ thường khi ta thấy những quý ông khôn ngoan lại có thể ngồi hàng giờ xào xáo những lá bài. Dường như đối với họ việc từ bỏ làm trẻ con thật chẳng dễ dàng gì. Trò chơi bài có gì vui hơn trò chơi banh của con nít?

[1] Đúng là người lớn không chơi v ới ngựa gỗ của con nít, nhưng họ cỡi những sở thích khác.

67. Điều quan trọng nhất là trẻ em phải học cách làm việc. Con người là loài động vật duy nhất phải làm việc. Con người phải trải qua một quá trình học nghề lâu dài trước khi có thể tận hưởng bất cứ thứ gì để nuôi sống bản thân. Câu hỏi liệu Thiên đường có thể không đối xử tốt hơn với chúng ta bằng cách cung cấp mọi nhu cầu của chúng ta mà không cần chúng ta phải làm việc chắc chắn phải được trả lời là không, vì con người cần có việc làm, ngay cả những việc làm đòi hỏi một mức độ kiềm chế nhất định. Một quan niệm sai lầm không kém là nếu Adam và Eva chỉ ở lại Thiên đường, họ sẽ không làm gì ở đó ngoài việc ngồi cùng nhau hát những bài hát đồng quê và chiêm ngưỡng vẻ đẹp của Thiên nhiên. Nếu vậy, họ sẽ bị giày vò bởi sự buồn chán, giống như những người khác trong cùng hoàn cảnh.

Con người phải chú tâm đến mục đích mà họ có trươc mắt mà quên cả bản thân, và sự nghỉ ngơi tốt nhất là sự nghỉ ngơi sau khi làm việc. Tương tự như vậy, trẻ con phải làm quen với công việc, và chẳng phải trường học chính là nơi tốt nhất phát triển khuynh hướng làm việc nơi đứa trẻ hay sao?Trường

---

[1] Kant quên không nhắc tới trò chơi bài thú vị đối với người lớn vì nó dính tới tiền. [ND}.

học là nơi rèn luyện có tính cưỡng bách. Để cho đứa trẻ nghĩ mọi thứ chỉ là trò chơi thì đó là một điều tệ hại. Đúng là đứa trẻ phải có thì giờ để chơi, nhưng cũng phải có thì giờ để học. Mặc dầu đứa trẻ chưa hiểu ngay được sự áp dụng kỷ luật, sau này nó sẽ hiểu được giá trị của kỷ luật. Nếu ta cứ trả lời những câu hỏi của trẻ, đại loại như: 'Cái này dùng làm gì?' hay 'Cái kia dùng để làm gì?' thì ta đã tập cho trẻ có thói quen tò mò xấu. [Đã đành] giáo dục có tính cưỡng bách, nhưng cũng không phải nghiêm khắc như đối với nô lệ.

68. Về việc rèn luyện 'tự do' các năng lực tinh thần, chúng ta phải nhớ rằng rèn luyện này diễn ra liên tục. Nó thực sự liên quan đến các năng lực cao hơn. Các năng lực thấp hơn phải được rèn luyện cùng với chúng, nhưng chỉ với mục đích hướng đến năng lực cao hơn; thí dụ, trí thông minh hướng đến sự hiểu biết—quy tắc chính mà chúng ta nên tuân theo là không có năng lực tinh thần nào được rèn luyện riêng lẻ, mà luôn liên quan đến những năng lực khác; thí dụ, trí tưởng tượng hướng đến lợi ích của sự hiểu biết.

Các năng lực thấp kém tự chúng không có giá trị gì; thí dụ, một người có trí nhớ tốt nhưng không có khả năng phán đoán. Một người như vậy chỉ là một cuốn từ điển biết đi. Tuy nhiên, những con thú mang gánh nặng của núi Parnassus[1] này cũng có ích, vì nếu chúng không thể tự mình làm bất cứ điều gì hữu ích thì ít nhất chúng cũng cung cấp vật liệu để người khác có thể tạo ra thứ gì đó tốt. Trí thông minh tách biệt khỏi khả năng phán đoán chỉ tạo ra sự xuẩn ngốc. Hiểu biết là kiến thức chung. Phán đoán là sự áp dụng của cái chung vào cái riêng. Lý trí là sức mạnh của sự hiểu biết về mối liên hệ giữa cái chung và cái riêng. Nền văn hóa tự do này diễn ra từ thời thơ ấu cho đến khi chàng trai trẻ được giải thoát khỏi mọi nền giáo dục. Ví dụ, khi một chàng trai trẻ trích dẫn một quy tắc chung, chúng ta có thể yêu cầu anh ta trích dẫn các ví dụ lấy từ lịch sử hoặc truyện ngụ ngôn trong đó quy tắc này được ngụy trang, các đoạn văn của các nhà thơ nơi nó được thể hiện, và do đó khuyến khích anh ta vận dụng cả trí thông minh và trí nhớ của mình, v.v.

69. Câu châm ngôn "Những gì ta biết cũng chỉ nhiều bằng những gì ta nhớ" (Tantum scimus, quantum memoria tenemus)[2] khá đúng—do đó, rất cần phải bồi dưỡng trí nhớ. Mọi thứ được tạo thành theo cách mà sự hiểu biết trước tiên tuân theo ấn tượng trong tâm trí, và trí nhớ phải lưu giữ ấn tượng

[1] Parnassus là một ngọn núi thuộc miền trung Hy lạp. Theo thần thoại hì đây là nơi cư ngụ của các Thi thần (Muses) của âm nhạc và thi ca. [ND].

[2] Châm ngôn Latin [ND{.

này. Thí dụ, trong việc ngôn ngữ cũng vậy. Chúng ta học ngôn ngữ theo phương pháp chính thức là ghi nhớ, hoặc bằng cách trò chuyện—phương pháp sau là tốt nhất cho các ngôn ngữ hiện đại. Việc học từ vựng thực sự cần thiết, nhưng kế hoạch tốt nhất là để thanh thiếu niên học từ vựng khi họ thấy những chữ này trong tác phẩm của tác giả mà họ đang đọc. Thanh thiếu niên nên có một nhiệm vụ nhất định. Tương tự như vậy, địa lý học tốt nhất là học một cách máy móc.[1] Những gì học được theo cách máy móc sẽ được trí nhớ ghi nhớ tốt nhất và trong rất nhiều trường hợp, cách này thực sự rất hữu ích. Cách thức thích hợp để học lịch sử vẫn chưa được tìm thấy. Một nỗ lực đã được thực hiện theo hướng này bao gồm một hệ thống biểu đồ, nhưng kết quả không mấy khả quan.

Tuy nhiên, lịch sử lại là một phương tiện tuyệt vời để rèn luyện sự hiểu biết trong việc phán đoán đúng đắn. Học thuộc lòng là rất cần thiết, nhưng chỉ làm như vậy vì mục đích rèn luyện trí nhớ thì không có tác dụng giáo dục—thí dụ, học thuộc lòng một bài diễn văn. Trong mọi trường hợp, nó chỉ có tác dụng khuyến khích sự tụ mãn. Bên cạnh đó, hùng biện chỉ phù hợp với những người trưởng thành. Điều tương tự cũng có thể nói về tất cả những điều mà chúng ta

---

[1] Có lẽ Kant muốn nói đến học thuộc long chăng? [ND].

học chỉ để kiểm tra trong tương lai hoặc với mục đích quên lãng trong tương lai. Trí nhớ chỉ nên dành cho những điều quan trọng cần ghi nhớ và những điều sẽ phục vụ cho chúng ta trong cuộc sống thực tế. Đọc tiểu thuyết không tốt cho trẻ em. Đọc tiểu thuyết là điều tồi tệ nhất đối với trẻ em, vì chúng không thể sử dụng nó thêm nữa và nó chỉ mang lại cho chúng sự giải trí trong chốc lát. Đọc tiểu thuyết làm suy yếu trí nhớ. Vì sẽ thật nực cười khi ghi nhớ tiểu thuyết để liên hệ với những tiểu thuyết khác. Do đó, tất cả các tiểu thuyết nên bị tước khỏi trẻ em. Trong khi đọc, họ như đang dệt nên một câu chuyện tình lãng mạn nội tâm của riêng mình, tự sắp xếp lại các tình huống cho riêng mình; trí tưởng tượng của họ vì thế bị giam hãm, nhưng không hề có sự vận động của suy nghĩ.

Không bao giờ cho phép có sự xao lãng, nhất là ở trường học, vì kết quả sẽ là một khuynh hướng mà có thể sớm phát triển thành thói quen. Ngay cả những tài năng tuyệt vời nhất cũng có thể bị lãng phí khi bị mất tập trung. Mặc dù trẻ em không chú ý đến trò chơi của mình, nhưng chúng sẽ sớm nhớ lại sự chú ý của mình. Tuy nhiên, chúng ta có thể nhận thấy rằng trẻ em mất tập trung nhất khi chúng nghĩ đến một trò nghịch ngợm nào đó, vì khi đó chúng đang tìm cách che giấu trò đó hoặc cách sửa chữa điều xấu đã gây ra. Khi đó, chúng chỉ nghe được một nửa [bài giảng], trả lời sai và không biết gì về những gì chúng đang đọc, v.v.

70. Trí nhớ cần được rèm luyện từ sớm, nhưng đồng thời cũng phải cẩn thận rèn luyện sự hiểu biết.

Trí nhớ được rèn luyện bằng cách (1) học những cái tên được gặp trong truyện, (2) bằng cách đọc và viết. Nhưng đối với việc đọc, trẻ em nên thực hành bằng cách nhận mặt chữ, mà không phụ thuộc vào cách đánh vần, (3) bằng ngôn ngữ, mà trẻ em nên học trước bằng cách nghe, trước khi chúng đọc bất cứ thứ gì.

Sau đó, một cái gọi là orbis pictus[1] được xây dựng tốt sẽ chứng minh là rất hữu ích. Chúng ta có thể bắt đầu với thực vật học, khoáng vật học và lịch sử tự nhiên nói chung. Để phác thảo các đối tượng này, cần phải học vẽ và mô hình hóa, và để làm được điều này, cần có một số kiến thức về toán học. Các bài học đầu tiên về khoa học sẽ có lợi nhất khi hướng đến việc nghiên cứu địa lý, toán học cũng như vật lý học. Những câu chuyện về du lịch, được minh họa bằng hình ảnh và bản đồ, sẽ dẫn đến địa lý chính trị.

---

[1] Orbit Pictus là một loại sách giáo khoa dùng hình ảnh minh hoạ dùng cho trẻ em Sách này do một nhà giáo người Tiệp tên John Amos Comenius sáng tạo ra và được ấn hành năm 1658. Sách Luân lý Giáo khoa Thư của Việt Nam cũng được soạn thảo theo mô thức này và ânn hành lần đầu tiên khoảng năm 1919 [ND].

Từ tình trạng hiện tại của bề mặt trái đất, chúng ta quay trở lại tình trạng trước đó của nó và điều này dẫn chúng ta đến địa lý cổ

Nhưng khi dạy trẻ em, chúng ta phải cố tình tìm cách kết hợp kiến thức với việc thực hành kiến thức đó. Trong tất cả các ngành khoa học, toán học có vẻ là ngành đáp ứng tốt nhất điều này. Hơn nữa, kiến thức và lời nói (dễ nói, lưu loát, hùng biện) phải được kết hợp. Tuy nhiên, trẻ em cũng phải học cách phân biệt rõ ràng giữa kiến thức, quan điểm và niềm tin đơn thuần. Vì vậy ta phải chuẩn bị phương hướng cho sự hiểu biết đúng đắn, và đó là sự cảm nghiệm đúng đắn, chứ không phải là cảm nghiệm đã được trau chuốt. Một cảm nghiệm như vậy, trước hết, phải là một cảm nghiệm của giác quan, nhất là của thị giác, nhưng chung cuộc đó là cảm nghiệm về ý tưởng.

71. Cần phải có các quy tắc cho mọi thứ nhằm mục đích vun đắp sự hiểu biết. Việc tách biệt các quy tắc về mặt tinh thần rất hữu ích, để sự hiểu biết có thể tiến hành không chỉ một cách máy móc, mà với ý thức tuân theo một quy tắc.

Việc đưa những quy tắc này vào một hình thức nhất định cũng rất hữu ích, và rồi ghi chúng vào bộ nhớ. Nếu chúng ta giữ những quy tắc này trong trí nhớ, mặc dù chúng ta quên cách áp dụng, chúng ta sẽ sớm tìm lại được cách của mình.

Ở đây, câu hỏi đặt ra là liệu các quy tắc có nên được nghiên cứu trước trên lý thuyết trừu tượng hay không, và liệu chúng có nên được nghiên cứu sau khi chúng đã được áp dụng hay không, hay liệu quy tắc và ứng dụng của nó có nên được nghiên cứu song song hay không. Đây là hướng đi duy nhất nên áp dụng; nếu không, việc áp dụng quy tắc sẽ rất không chắc chắn cho đến khi bản thân quy tắc được học.

Nhưng thỉnh thoảng các quy tắc cũng phải được sắp xếp trong các lớp học, vì rất khó để ghi nhớ chúng khi chúng không được liên kết với nhau. Do đó, trong việc học ngôn ngữ, việc học ngữ pháp phải luôn luôn, ở một mức độ nào đó, được ưu tiên hàng đầu.

72. Bây giờ chúng ta phải đưa ra ý tưởng có hệ thống về toàn bộ mục đích của giáo dục và phương tiện để đạt được mục đích đó.

I. Sự rèn luyện chung các năng lực tinh thần, khác với sự rèn luyện các năng lực tinh thần cụ thể.—Mục đích của việc này là đạt được kỹ năng và sự hoàn thiện, và không nhằm mục đích truyền đạt bất kỳ kiến thức cụ thể nào, mà là tăng cường chung các năng lực tinh thần.

Sự rèn luyện này hoặc là (a) thể chất—ở đây mọi thứ phụ thuộc vào việc rèn luyện và kỷ luật, mà không cần đứa trẻ phải học bất kỳ 'châm ngôn'[1] nào; nó thụ động đối với học sinh, các em chỉ phải tuân theo sự hướng dẫn của người khác—hoặc (b) nó là đạo đức. Điều này không phụ thuộc vào kỷ luật, mà phụ thuộc vào 'châm ngôn.' Tất cả sẽ bị hư hỏng nếu việc đào tạo đạo đức dựa trên các ví dụ, lời đe dọa, hình phạt, v.v… Khi đó, nó sẽ chỉ đơn thuần là kỷ luật. Chúng ta phải thấy rằng đứa trẻ làm đúng vì 'châm ngôn' của chính nó, chứ không chỉ vì thói quen; và không những nó làm đúng [một điều gí đó], mà nó làm vì điều đó tự nó là điều đúng đắn. Vì toàn bộ giá trị đạo đức của các hành động bao gồm trong 'châm ngôn' liên quan đến điều tốt.

Do đó, giáo dục thể chất được phân biệt với giáo dục đạo đức ở chỗ giáo dục thể chất là thụ động, trong khi giáo dục đạo đức là chủ động đối với trẻ em. Trẻ em phải luôn hiểu nguyên tắc của một hành động và mối quan hệ của nó với nghĩa vụ.

73. II. Việc rèn luyện các năng lực tinh thần đặc thù.—Điều này bao gồm việc rèn luyện các năng lực nhận thức, các giác quan, trí tưởng tượng, trí nhớ, khả

---

[1] Châm ngôn (maxim) là một thuật ngữ quan trọng trong triết lý đạo đức của Kant, và nên được hiểu rằng đó là những nguyên tắc tổng quát của đúng và sai [Annette Churton].

năng chú ý và trí thông minh—nói một cách khác, đó là những năng lực thấp của sự hiểu biết.

Về việc rèn luyện các giác quan—ví dụ như thị giác—chúng ta đã nói rồi. Về việc rèn luyện trí tưởng tượng, cần lưu ý những điều sau: — Trẻ em thường có trí tưởng tượng rất sống động, không cần phải mở rộng hay làm cho trí tưởng tượng trở nên mãnh liệt hơn bằng cách đọc truyện cổ tích. Thay vào đó, cần phải kiềm chế và đưa trí tưởng tượng vào khuôn khổ, nhưng đồng thời không nên để nó quá trống trải. Có một điều gì đó trong bản đồ thu hút mọi người, ngay cả những đứa trẻ nhỏ nhất. Khi chúng chán mọi thứ khác, chúng vẫn sẽ học được điều gì đó thông qua bản đồ. Và đây là một trò giải trí tốt cho trẻ em, vì ở đây trí tưởng tượng của chúng không được phép lang thang, vì nó phải giới hạn bản thân trong một số hình ảnh nhất định. Chúng ta thực sự có thể bắt đầu bằng địa lý khi dạy trẻ em. Các hình ảnh về động vật, thực vật, , v.v., có thể được thêm vào cùng lúc; những hình ảnh này sẽ làm cho việc học địa lý trở nên sống động hơn. Tuy nhiên, lịch sử có lẽ sẽ phải đến sau.

Còn về sức mạnh của sự chú tâm, ta có thể nhận xét rằng khả năng này cần được củng cố tổng quát. Sức mạnh của việc tập trung suy nghĩ vào một vấn đề một cách cứng nhắc chẳng phải là năng khiếu bẩm sinh mà là một điểm yếu của tâm trí, trong trường hợp này là không linh hoạt và không cho phép bản thân áp dụng theo ý thích.

74. Về việc rèn luyện các năng lực tinh thần cao cấp, điều này bao gồm việc rèn luyện sự hiểu biết, phán đoán và lý tính. Sự hiểu biết lúc đầu có thể được rèn luyện, theo một cách nào đó, cũng thụ động, bằng cách trích dẫn các thí dụ chứng minh các quy tắc, hoặc ngược lại, bằng cách khám phá các quy tắc cho các trường hợp cụ thể. Sự phán đoán cho chúng ta thấy cách sử dụng sự hiểu biết. Sự hiểu biết là cần thiết để chúng ta có thể hiểu những gì chúng ta học hoặc nói, và để chúng ta không lặp lại bất cứ điều gì mà không hiểu nó. Có bao nhiêu người nghe và đọc những điều mà họ không hiểu, mặc dù họ tin vào chúng! Cả hình ảnh và sự vật thực đều thuộc loại đó.

Chính thông qua lý tính mà chúng ta có được cái nhìn sâu sắc về các nguyên tắc. Nhưng chúng ta phải nhớ rằng chúng ta đang nói ở đây về một lý tính vẫn cần được hướng dẫn. Do đó, trẻ em không nên được khuyến khích luôn luôn lý luận, cũng như chúng ta không nên đắm chìm trong lý luận trước mặt trẻ em, về những điều vượt quá nhận thức của chúng.

Ở đây chúng ta không đề cập đến lý tính có tính chất lý thuyết, mà chỉ đề cập đến sự phản ánh về những sự kiện thực tế, theo nguyên nhân và kết quả của chúng. Về mặt sắp xếp và hoạt động, đó là một lý do thực tế.

75. Cách tốt nhất để trau dồi các khả năng trí tuệ là tự mình làm tất cả những gì chúng ta mong muốn đạt được; chẳng hạn, bằng cách thực hành quy tắc văn phạm mà chúng ta đã học được cho chính chúng ta. Cách tốt nhất để hiểu là làm. Điều mà chúng ta học kỹ lưỡng nhất và ghi nhớ tốt nhất, là những gì chúng ta đã tự học. Tuy nhiên, chỉ có rất ít người có khả năng làm được điều này. Họ được gọi là người tự học (αὐτοδίδακτοι).

76. Trong việc trau dồi lý tính, chúng ta phải tiến hành theo phương pháp Socrates,[1] người tự gọi mình là bà đỡ cho kiến thức của người nghe, đưa ra những thí dụ trong các cuộc đối thoại của mình, mà Plato đã lưu giữ theo hình thức đối thoại cho chúng ta, về cách thức mà chúng ta sử dụng , ngay cả trong trường hợp người lớn, các ý tưởng có thể được rút ra từ lý tính cá nhân của họ. Ở nhiều khía cạnh, trẻ em không cần phải vận dụng lý tính của mình. Chúng không được phép tranh luận về mọi thứ. các nguyên tắc của mọi thứ liên quan đến giáo dục của chúng; nhưng khi đặt

---

[1] Socrates được coi là "thuỷ tổ" của triết học Tây phương. Phương pháp Socrates, còn được gọi là "vấn-đáp" được Socrates áp dụng bằng những câu hỏi khơi gợi sự suy nghĩ, suy luận từ người nghe, để tự họ tìm ra câu trả lời [ND].

ra câu hỏi về nghĩa vụ, chúng phải hiểu những nguyên tắc đó. Nhưng nhìn chung, chúng ta nên cố gắng rút ra những ý tưởng của riêng chúng, dựa trên lý trí, thay vì đưa vào tâm trí chúng những ý tưởng như vậy. Do đó, phương pháp Socrates sẽ hình thành nên quy tắc cho phương pháp dạy giáo lý. Đúng là nó hơi chậm và khó quản lý để rút ra ý tưởng từ một đứa trẻ nhưng những đứa trẻ khác [khi trông thấy như vậy] cũng sẽ học được điều gì đó. Việc dạy giáo lý cũng hữu ích trong một số ngành khoa học; chẳng hạn, trong việc giải thích tôn giáo mặc khải, mặt khác, chúng ta phải sử dụng phương pháp Socrates đối với những gì phải học về mặt lịch sử, phương pháp máy móc về việc dạy giáo lý rất đáng được khen ngợi.

Chương 5
Rèn luyện Đạo đức

77. Rèn luyện đạo đức phải dựa trên 'châm ngôn,' tức là những nguyên tắc căn bản, chứ không phải trên kỷ luật; kỷ luật ngăn ngừa thói quen xấu, còn châm ngôn rèn luyện trí óc để suy nghĩ. Do đó, chúng ta phải thấy rằng trẻ em phải làm quen với việc hành động theo 'châm ngôn,' chứ không phải từ những động lực dẫn đến hành động luôn thay đổi. Thông qua kỷ luật, chúng ta hình thành một số thói quen nhất định, hơn nữa, sức mạnh của chúng sẽ giảm dần theo năm tháng. Trẻ em phải học cách hành động theo 'châm ngôn.', tính hợp lý mà trẻ có thể tự mình thấy được. Người ta có thể dễ dàng thấy rằng có một số khó khăn trong việc thực hiện nguyên tắc này với trẻ nhỏ và rèn luyện đạo đức đòi hỏi rất nhiều sự hiểu biết sâu sắc từ phía cha mẹ và giáo viên.

Giả sử một đứa trẻ nói dối, thì không nên phạt nó, mà nên đối xử bằng cách khinh thường, và nói rằng nó sẽ không được tin tưởng trong tương lai, v.v... Nếu bạn phạt một đứa trẻ vì nó hư, và thưởng cho nó vì nó ngoan, thì nó sẽ làm điều đúng chỉ vì phần thưởng; và khi nó ra ngoài thế giới và thấy rằng lòng tốt không phải lúc nào cũng được đền đáp, cũng như sự gian ác không phải lúc nào cũng bị trừng phạt, thì nó sẽ trở thành một người chỉ nghĩ về cách nó có thể tiếp tục sống trên thế giới, và làm đúng hay sai tùy theo nó thấy có lợi cho mình hay không.

78. 'Châm ngôn' phải bắt nguồn từ con người như vậy. Trong quá trình giáo dục đạo đức, chúng ta nên sớm tìm cách truyền vào trẻ em những ý tưởng về điều gì là đúng và sai. Nếu chúng ta muốn thiết lập đạo đức, chúng ta phải xóa bỏ hình phạt. Đạo đức là một cái gì đó rất thiêng liêng và cao cả đến nỗi chúng ta không được hạ thấp nó bằng cách xếp nó vào cùng một thứ hạng với kỷ luật. Nỗ lực đầu tiên trong giáo dục đạo đức là hình thành đức tính. Đức tính bao gồm sự sẵn sàng hành động theo 'châm ngôn.' Lúc đầu, chúng là 'châm ngôn' của trường học, và sau đó là 'châm ngôn' của nhân loại. Lúc đầu, đứa trẻ tuân theo các quy tắc. 'Châm ngôn' cũng là các quy tắc, nhưng là các quy tắc chủ quan. Chúng xuất phát từ sự hiểu biết của con người. Không được phép vi phạm bất kỳ kỷ luật nào của trường học mà không bị trừng phạt, mặc dù hình phạt phải luôn phù hợp với hành vi phạm tội.

79. Nếu chúng ta muốn hình thành đức tính của trẻ em, điều quan trọng nhất là chỉ ra cho chúng một kế hoạch và một số quy tắc nhất định trong mọi việc; và chúng phải được tuân thủ nghiêm ngặt. Thí dụ, chúng phải đặt ra thời giờ ngủ, làm việc và vui chơi; và những thời giờ này không được rút ngắn hay kéo dài. Với những vấn đề không quan trọng, trẻ em có thể được phép tự lựa chọn, nhưng một khi đã đặt ra quy tắc, chúng phải luôn tuân theo. Tuy nhiên, chúng ta phải hình thành ở trẻ em tính cách của một đứa trẻ, chứ không phải tính cách của một công dân.

Những người [hành động] không có phương pháp không đáng tin cậy; thật khó để hiểu họ, và để biết chúng ta có thể tin tưởng họ đến mức nào. Đúng là chúng ta thường đổ lỗi cho những người luôn hành động theo quy tắc—thí dụ, người mà làm mọi thứ theo đồng hồ, có giờ cố định cho mọi hành động của mình—nhưng chúng ta thường đổ lỗi cho họ một cách vô lý, vì sự chính xác này, mặc dù tính mô phạm lại giúp ích rất nhiều cho việc hình thành đức tính.

80. Trên hết, sự vâng lời là một đặc điểm thiết yếu trong tính cách của một đứa trẻ, đặc biệt là một cậu bé hay cô bé đi học. Sự vâng lời này có hai mặt, bao gồm sự vâng lời tuyệt đối với mệnh lệnh của chủ nhân và sự vâng lời mà cậu bé cảm thấy là ý muốn tốt và hợp lý. Sự vâng lời có thể là kết quả của sự ép buộc; khi đó nó là tuyệt đối: hoặc nó có thể phát sinh từ sự tin tưởng; khi đó nó là sự vâng lời loại thứ hai. Sự vâng lời tự nguyện này rất quan trọng, nhưng sự vâng lời đầu tiên cũng rất cần thiết, vì nó chuẩn bị cho đứa trẻ thực hiện các luật lệ mà sau này nó sẽ phải tuân theo, với tư cách là một công dân, mặc dù nó có thể không thích chúng.

81. Vậy thì trẻ em phải tuân theo một luật tất yếu nào đó. Tuy nhiên, luật này phải là luật chung—một quy tắc phải luôn được lưu ý, đặc biệt là trong trường học. Người chủ không được tỏ ra thiên vị hay ưu tiên một đứa trẻ nào đó hơn những đứa trẻ khác; vì như vậy luật sẽ không còn mang tính chung chung nữa. Ngay khi một đứa trẻ thấy rằng những đứa trẻ khác không được đặt dưới cùng một quy tắc như mình, nó sẽ ngay lập tức trở nên bướng bỉnh.

82. Người ta thường nghe nói rằng chúng ta nên đặt mọi thứ trước mặt trẻ em theo cách mà chúng sẽ làm theo khuynh hướng. Trong một số trường hợp, đúng là như vậy, nhưng có nhiều điều khác mà chúng ta phải đặt trước mặt chúng như bổn phận. Và điều này sẽ rất hữu ích cho chúng trong suốt cuộc đời. Vì trong việc nộp thuế, trong công việc của văn phòng, và trong nhiều trường hợp khác, chúng ta phải được dẫn dắt, không phải theo khuynh hướng, mà là theo bổn phận. Mặc dù một đứa trẻ không thể thấy được lý do của một bổn phận, nhưng vẫn tốt hơn nếu một số điều nhất định được quy định cho chúng theo cách này; vì, sau cùng, một đứa trẻ sẽ luôn có thể thấy rằng mình có một số bổn phận nhất định khi còn là một đứa trẻ, trong khi sẽ khó hơn đối với chúng để thấy rằng mình có một số bổn phận nhất định khi là một người lớn. Nếu chúng cũng có thể hiểu được cđiều này—điều mà, dù sao, sẽ chỉ có thể dược thực hiện trong nhiều năm—sự vâng lời của chúng sẽ trở nên hoàn hảo hơn nữa.

83. Mỗi lần trẻ vi phạm mệnh lệnh, đó là vì trẻ thiếu sự vâng lời, và điều này dẫn đến hình phạt. Ngoài ra, nếu một mệnh lệnh không được tuân theo do thiếu chú ý, thì hình phạt vẫn cần thiết. Hình phạt này có thể là về thể chất hoặc đạo đức. Nó là đạo đức khi chúng ta làm điều gì đó xúc phạm đến mong muốn được tôn trọng và yêu thương của trẻ (một mong muốn hỗ trợ cho việc rèn luyện đạo đức); ví dụ, khi chúng ta làm nhục trẻ bằng cách đối xử lạnh lùng và xa cách với trẻ. Tuy nhiên, mong muốn này của trẻ em nên được nuôi dưỡng càng nhiều càng tốt. Do đó, loại hình phạt này là tốt nhất, vì nó hỗ trợ cho việc rèn luyện đạo đức—ví dụ, nếu một đứa trẻ nói dối, một cái nhìn khinh thường là hình phạt đủ rồi, và là hình phạt thích hợp nhất.

Hình phạt thể xác bao gồm việc từ chối yêu cầu của trẻ hoặc gây đau đớn. Hình phạt đầu tiên giống như hình phạt về mặt đạo đức và mang tính tiêu cực. Hình phạt thứ hai phải được sử dụng một cách thận trọng, kẻo kết quả sẽ là một indoles servilis.[1] Việc thưởng cho trẻ em là vô ích; điều này khiến chúng trở nên ích kỷ và dẫn đến một indoles mercenaria[2]

84. Hơn nữacó hai loại vâng lời, hoặc là của trẻ em hoặc của thanh thiếu niên. Sự không vâng lời luôn đi kèm với hình phạt. Đây hoặc là một hình phạt thực sự tự nhiên, mà một người tự chuốc lấy bằng chính hành vi của mình—chẳng hạn, khi một đứa trẻ bị ốm vì ăn quá nhiều bị bội thực—và loại hình phạt này là tốt nhất, vì ta phải chịu đựng sự đau ốm nếu cứ tiếp tục bị bội thực trong suốt cuộc đời, chứ không chỉ trong thời thơ ấu; hoặc, mặt khác, hình phạt là nhân tạo. Bằng cách cân nhắc đến mong muốn được yêu thương và tôn trọng của trẻ, những hình phạt như vậy có thể được lựa chọn sao cho có tác động lâu dài đến tính cách của trẻ. Hình phạt về thể xác chỉ bổ sung cho sự thiếu hụt của hình phạt về mặt đạo đức. Nếu hình phạt về mặt đạo đức không có tác dụng gì cả, và cuối cùng chúng ta phải dùng đến hình phạt về thể xác, thì sau cùng chúng ta sẽ thấy rằng không có tính cách tốt nào được hình thành theo cách này. Tuy nhiên, lúc đầu, sự kiềm chế về thể xác có thể thay thế cho sự suy ngẫm.

---

[1] Cá tính nô lệ [dịch giả Annette Churton]

[2] thiên hướng nô bộc [Annette Churton].

85. Những hình phạt được thực hiện với dấu hiệu tức giận là vô ích. Khi đó, trẻ em coi hình phạt chỉ là kết quả của sự tức giận, và coi bản thân chúng chỉ là nạn nhân của sự tức giận đó; và theo nguyên tắc chung, hình phạt phải được thực hiện một cách rất thận trọng đối với trẻ em, để chúng có thể hiểu rằng mục đích duy nhất của hình phạt là cải thiện chúng. Thật là ngu ngốc khi bắt trẻ em, khi chúng bị phạt, đáp lại hình phạt bằng cách hôn tay

[1] và chỉ biến đứa trẻ thành nô lệ. Nếu hình phạt thể xác được lặp lại thường xuyên, nó sẽ khiến đứa trẻ trở nên bướng bỉnh; và nếu cha mẹ trừng phạt con cái vì sự bướng bỉnh, chúng thường trở nên bướng bỉnh hơn nữa. Bên cạnh đó, không phải lúc nào những người tồi tệ nhất cũng là những người bướng bỉnh, và họ thường dễ dàng khuất phục trước sự khiển trách tử tế.

86. Sự vâng lời của thanh thiếu niên đang lớn phải được phân biệt với sự vâng lời của trẻ con. Sự vâng lời trước bao gồm sự phục tùng các quy tắc bổn phận. Làm điều gì đó vì bổn phận có nghĩa là tuân theo lý trí. Thật vô ích khi nói với trẻ con về bổn phận. Cuối cùng, chúng coi đó là điều gì đó nếu

---

[1] Đây là một phong tục rất phổ thông tại Đức buộc đứa trẻ sau khi bị phạt phải hôn tay người phạt và nói lời cám ơn [A. Churton].

không hoàn thành sẽ bị trừng phạt. Một đứa trẻ có thể được hướng dẫn bởi bản năng đơn thuần. Tuy nhiên, khi lớn lên, ý tưởng về bổn phận phải xuất hiện. Ngoài ra, ý tưởng về sự xấu hổ không nên được sử dụng với trẻ em, mà chỉ với những người đã rời bỏ tuổi thơ để trở thành tuổi trẻ. Vì ý tưởng về bổn phận không thể tồn tại với chúng cho đến khi ý tưởng về danh dự đã được bén rễ từ đầu.

87. Đặc điểm chính thứ hai trong quá trình hình thành đức tính của trẻ là sự trung thực. Đây là nền tảng và bản chất của đức tính. Một người nói dối không có đức tính, và nếu anh ta có điều gì tốt thì đó chỉ là kết quả của một loại tính khí nhất định. Một số trẻ em có khuynh hướng nói dối, và điều này thường không có lý do nào khác ngoài việc chúng có trí tưởng tượng phong phú. Người cha có trách nhiệm phải giúp chúng từ bỏ thói quen này, vì các bà mẹ thường coi đó là vấn đề không quan trọng hoặc không đáng kể, thậm chí còn thấy trong đó là bằng chứng tâng bốc về sự thông minh và khả năng của con mình. Đây là lúc để sử dụng cảm giác xấu hổ, vì trong trường hợp này, đứa trẻ sẽ hiểu rõ điều đó. Sự đỏ mặt vì xấu hổ làm chúng ta bị "lộ tẩy" khi chúng ta nói dối, nhưng không phải lúc nào cũng là bằng chứng về điều đó, vì chúng ta thường đỏ mặt trước sự vô liêm sỉ của những người khác khi họ buộc tội chúng ta. Chúng ta không được trừng phạt trẻ em dưới bất kỳ điều kiện nào để buộc chúng phải nói sự thật, trừ khi việc nói dối của chúng ngay lập tức dẫn đến một số hành vi phá hoại; khi đó chúng có thể bị trừng phạt vì hành vi phá hoại đó. Việc rút lại sự tôn trọng là hình phạt duy nhất thích đáng cho việc nói dối.

Hình phạt có thể được chia thành hình phạt tiêu cực và hình phạt tích cực. Hình phạt đầu tiên có thể áp dụng cho sự lười biếng hoặc hung dữ; ví dụ, nói dối, không vâng lời. Hình phạt tích cực có thể áp dụng cho các hành vi độc ác. Nhưng trên hết, chúng ta phải cẩn thận không bao giờ được mang lòng oán giận đối với trẻ em.

88. Một đặc điểm thứ ba trong sự rèn luyện đức tính của trẻ là tính hòa đồng. Trẻ phải kết bạn với những trẻ khác và không phải lúc nào cũng ở một mình. Đúng là một số giáo viên phản đối những tình bạn này ở trường, nhưng đây là một sai lầm lớn lao. Trẻ em cần

Nếu một giáo viên cho phép mình ưa thích một đứa trẻ hơn đứa trẻ khác, thì phải dựa trên đức tính của đứa trẻ, chứ không phải vì bất kỳ tài năng nào mà đứa trẻ có; nếu không, sự ghen tị sẽ nảy sinh, điều này trái ngược với tình bạn.

Trẻ em phải cởi mở và vui vẻ trong vẻ ngoài như mặt trời. Chỉ có một trái tim vui vẻ mới có thể tìm thấy hạnh phúc trong điều tốt đẹp. Một tôn giáo mà khiến mọi người buồn bã là một tôn giáo sai lầm; vì chúng ta nên phục vụ Chúa với một trái tim vui vẻ, chứ không phải sự gò bó.

Trẻ em đôi khi nên được giải thoát khỏi sự ràng buộc hạn hẹp của trường học, nếu không, niềm vui tự nhiên của chúng sẽ sớm bị dập tắt. Khi đứa trẻ được giải thoát, chúng sẽ sớm lấy lại được sự đàn hồi tự nhiên của mình. Những trò chơi mà trẻ em tận hưởng sự tự do hoàn hảo, luôn cố gắng vượt qua nhau, sẽ phục vụ mục đích này tốt nhất, và chúng sẽ sớm lấy lại được tinh thần minh mẫn và vui vẻ.

89. Nhiều người tưởng rằng những năm tháng tuổi trẻ của họ là những năm tháng vui vẻ và tốt đẹp nhất trong cuộc đời; nhưng thực tế không phải vậy. Chúng là những năm tháng khó khăn nhất; vì khi đó chúng ta phải chịu sự kỷ luật nghiêm ngặt, hiếm khi có thể tự chọn bạn bè, và càng hiếm hơn nữa chúng ta có thể có được sự tự do. Như Horace[1] đã nói: "Người muốn đạt được mục tiêu mong muốn, khi còn là một đứa trẻ, phải chịu đựng nhiều đau khổ và lao

[1] Horace là một thi sĩ La-mã nổi tiếng dưới thời Đại đế Augustus của Đế quốc La-mã [ND].

động, chịu đựng cả nóng lẫn lạnh."(Multa tulit, fecitque puer, sudavit et alsit).

90. Trẻ em chỉ nên được dạy những điều phù hợp với lứa tuổi của chúng. Nhiều bậc cha mẹ hài lòng với sự sớm hiểu biết của con cái mình; nhưng theo nguyên tắc, những đứa trẻ như vậy sẽ chẳng tiến triển được gì. Một đứa trẻ phải thông minh, nhưng chỉ khi còn là trẻ con. Nó không nên bắt chước cách cư xử của người lớn. Đối với một đứa trẻ, việc tự đưa ra những câu nói đạo đức phù hợp với người lớn là vượt quá phạm vi của nó và chỉ trở thành kẻ bắt chước. Nó chỉ nên có sự hiểu biết của một đứa trẻ, và không nên thể hiện nó quá sớm. Một đứa trẻ thông minh sẽ không bao giờ trở thành một người sáng suốt và hiểu biết rõ ràng. Cũng không phù hợp khi một đứa trẻ chạy theo mọi mốt thời đại, uốn tóc, mặc đồ xếp nếp và thậm chí mang theo hộp đựng thuốc hít. Như vậy, nó sẽ có được những cách cư xử giả tạo không phù hợp với một đứa trẻ. Xã hội lịch sự là gánh nặng đối với nó, và nó hoàn toàn thiếu tâm tính của một người trưởng thành. Chính vì lý do đó, chúng ta phải sớm quyết tâm chống lại mọi dấu hiệu phù phiếm ở một đứa trẻ; hay đúng hơn, chúng ta không được cho trẻ em cơ hội để trở nên kiêu căng. Điều này dễ xảy ra khi mọi người nói huyên thuyên trước mặt trẻ em, nói với chúng rằng chúng đẹp như thế nào, và bộ đồ này hay bộ đồ kia hợp với chúng ra sao, và hứa sẽ tặng chúng một số đồ trang sức lộng lẫy này hay đồ trang sức khác như một phần thưởng. Đồ trang sức lộng lẫy không phù hợp với trẻ em. Chúng phải chấp nhận quần áo gọn gàng và đơn giản của chúng chỉ là những thứ cần

Đồng thời, cha mẹ không nên quá coi trọng quần áo của mình hay tự khen ngợi mình; vì ở đây, cũng như ở mọi nơi, làm gương là việc vô cùng quan trọng, có thể củng cố hoặc phá hủy những lời giáo huấn tốt.

Chương 6

Giáo dục Thực tiễn

91. Giáo dục thực tiễn gồm có (1) kỹ năng, (2) sự khôn Ngoan/thận trọng, và (3) đạo đức.

Về kỹ năng, chúng ta phải thấy rằng nó phải hoàn hảo và toàn diện, chứ không phải hời hợt. Chúng ta không được giả vờ biết những điều mà sau này chúng ta không thể thực hiện được. Đặc tính của kỹ năng là sự toàn diện và thấu đáo, và sự toàn diện này phải dần dần trở thành thói quen. Sự toàn diện là một yếu tố thiết yếu trong việc hình thành đức tính của một người, trong khi kỹ năng là [điều kiện] cần thiết cho tài năng.

92. Về sự khôn ngoan, nó bao gồm nghệ thuật biến kỹ năng của chúng ta thành điều có lợi; nghĩa là, sử dụng kiến thức, kinh nghiệm của người khác cho mục đích của riêng chúng ta. Đối với việc này, cần phải có một số điều. Nói một cách chính xác, đó là phẩm chất cuối cùng mà con người đạt được, nhưng nó xếp thứ hai về tầm quan trọng.

Để một đứa trẻ có thể có được sự thận trọng, nó phải học cách che giấu cảm xúc của mình và trở nên kín đáo, đồng thời học cách đọc tính cách của người khác. Chủ yếu liên quan đến đức tính của chính mình, nó phải vun đắp sự kín đáo. Sự lịch thiệp là nghệ thuật ứng xử bên ngoài, và đây là một nghệ thuật mà chúng ta phải có. Thật khó để đọc được tính cách của người khác, nhưng chúng ta phải học cách làm điều này mà không đánh mất sự kín đáo của chính mình. Vì mục đích này, một kiểu giả vờ là cần thiết; nghĩa là, chúng ta phải che giấu lỗi lầm của mình và duy trì vẻ bề ngoài đó. Điều này không nhất thiết là lừa dối, và đôi khi được phép, mặc dù nó gần giống với sự không chân thành.

Tuy nhiên, sự che giấu chỉ là một biện pháp tuyệt vọng. Để thận trọng, chúng ta cần không được nóng giận và mất bình tĩnh; mặt khác, chúng ta không nên quá thờ ơ. Một người trưởng thành phải dũng cảm mà không hung bạo—hai phẩm chất hoàn toàn khác biệt. Một người dũng cảm là người mong muốn thực hiện ý chí của mình. Mong muốn này đòi hỏi phải kiểm soát các đam mê. Sự thận trọng là vấn đề của **tính khí.**

93. Đạo đức là vấn đề thuộc về đức tính. "Chịu đựng và tiết chế" (Sustine et abstine),[1] là sự chuẩn bị cho một sự điều độ khôn ngoan. Bước đầu tiên hướng tới sự hình thành một tính cách tốt là gạt đam mê của

---

[1] Chịu đựng và tiết chế là hai đức tính được Triết phái Khắc Kỷ (Stoicism) đề cao.

chúng ta sang một bên. Chúng ta phải cẩn thận để những ham muốn và khuynh hướng của chúng ta không trở thành đam mê, bằng cách tiếp tục sinh hoạt mà không có những thứ ta đã yêu cầu và bị từ chối. Sustine ngụ ý chịu đựng và tập cho mình thói quen chịu đựng. Lòng can đảm và một khuynh hướng nhất định hướng tới nó là cần thiết cho sự từ bỏ. Chúng ta nên tập cho mình thói quen chống đối, từ chối những yêu cầu của chúng ta, v.v.

'Sự đồng cảm'[1] là vấn đề thuộc về tính khí. Tuy nhiên, trẻ em cần được ngăn ngừa khỏi thói quen đồng cảm ủy mị. 'Sự đồng cảm' thực sự là sự nhạy cảm và chỉ thuộc về những người có cảm xúc tinh tế. Nó khác với lòng trắc ẩn, và nó là một điều xấu khi chỉ bao gồm việc than thở về một điều gì đó. Đây cũng là điều tốt khi cho trẻ em một ít tiền tiêu vặt của riêng chúng để chúng có thể giúp đỡ những người nghèo; và theo cách này, chúng ta sẽ thấy chúng có

---

[1] Kant sử dụng từ "đồng cảm" không theo nghĩa thông thường mà từ này có trong cả tiếng Đức và tiếng Anh, mà theo nghĩa hạn chế hơn là cảm giác đơn thuần về đau khổ, không dẫn đến hành động hữu ích, trong khi lòng trắc ẩn là tình cảm đối với đồng loại, kết hợp với mong muốn giúp đỡ. Đồng cảm là thụ động; lòng trắc ẩn là chủ động.
So sánh 'Tugendlehere' của Kant (Werke, tập ix tr.317), trong đó ông nói rằng đồng cảm với niềm vui hay nỗi buồn chỉ là cảm giác đơn thuần và do đó không thể được coi là bổn phận đạo đức, mà bổn phận bao gồm việc sử dụng những cảm xúc này như phương tiện cho lòng nhân từ chủ động và hợp lý [A.C.]

thực sự từ bi hay không. Nhưng nếu chúng chỉ thể hiện lòng từ bi bằng tiền của cha mẹ, chúng ta không có bài kiểm tra nào như vậy.

Câu nói Latinh "Hãy vội vàng một cách chậm rãi" (festina lente) diễn tả hoạt động liên tục, qua đó chúng ta phải nhanh chóng học được nhiều điều—tức là festina. Nhưng chúng ta cũng phải học một cách thấu đáo, và điều này cần có thời giờ; tức là lente. Câu hỏi đặt ra ở đây là liệu có tốt hơn nếu biết rất nhiều điều một cách hời hợt hay chỉ biết một vài điều một cách thấu đáo. Thà biết ít, và biết ít một cách thấu đáo, còn hơn biết nhiều điều một cách hời hợt; vì sau này người ta mới nhận ra sự nông cạn của kiến thức hời hợt. Nhưng đứa trẻ vẫn chưa biết mình có thể ở trong tình trạng nào liên quan đến việc cần đến nhánh kiến thức này hay nhánh kiến thức kia: do đó, tốt nhất là nó nên biết một điều gì đó thấu đáo về tất cả, nếu không nó sẽ chỉ lừa dối và làm người khác lóa mắt bởi kiến thức hời hợt mà nó có được.

94. Mục đích cuối cùng của chúng ta là hình thành đức tính. Đức tính bao gồm mục đích kiên định để hoàn thành một điều gì đó, và sau đó cũng bao gồm việc thực sự hoàn thành điều đó. "Một người kiên định với mục đích của mình" (Vir propositi tenax),[1] Horace đã nói như thế, và đây là một đức tính tốt. Thí dụ, nếu một người đưa ra lời hứa, anh ta phải giữ lời hứa, bất kể điều đó có bất tiện với anh ta đến đâu; vì một người đưa ra quyết định và không giữ lời hứa sẽ không còn tự tin vào bản thân nữa. Chẳng hạn, giả sử có một người quyết định dậy sớm mỗi sáng để học, hoặc làm điều gì đó, hoặc đi dạo—và lấy cớ là vào mùa xuân vì buổi sáng vẫn còn quá lạnh, và việc dậy sớm có thể gây hại cho sức khỏe, và vào mùa hè vì cho phép mình ngủ là tốt, và giấc ngủ thì dễ chịu—do đó, anh ta trì hoãn quyết định của mình từ ngày này sang ngày khác, cho đến khi anh ta kết thúc bằng việc không còn tự tin vào bản thân nữa.

Những điều trái với đạo đức phải bị loại trừ khỏi những quyết tâm như vậy. Tính cách của một người độc ác là xấu xa; nhưng sau đó, trong trường hợp này, chúng ta không còn gọi đó là 'tính cách' nữa, mà là sự ngoan cố; và tuy nhiên vẫn có một sự thỏa mãn nhất định khi thấy một người như vậy kiên trì với các quyết tâm của mình và thực hiện chúng, mặc dù sẽ tốt hơn nhiều nếu anh ta thể hiện sự kiên trì tương tự trong những điều tốt đẹp.

---

[1] Ghi chú của dịch giả A.C.

Những ai trì hoãn thực hiện quyết tâm của mình sẽ chẳng làm được gì nhiều trong cuộc sống. Chúng ta không thể mong đợi nhiều điều tốt đẹp đến từ cái gọi là sự chuyển đổi trong tương lai [từ tình trạng xấu sang tốt]. Sự chuyển đổi đột ngột của một người đã sống một cuộc đời đồi bại không thể nào bền vững, vì sẽ chẳng khác gì một phép màu khi mong đợi một người đã sống theo cách như vậy đột nhiên đảm nhận cuộc sống đàng hoàng của một người luôn có những suy nghĩ tốt đẹp và ngay thẳng. Cũng vì lý do đó, chúng ta không thể mong đợi điều tốt đẹp nào đến từ các cuộc hành hương, sự hành xác và việc ăn chay; vì thật khó để thấy làm thế nào những phong tục như vậy có thể, cùng một lúc, biến một người xấu thành một người đức hạnh. Làm sao nó có thể khiến một người ngay thẳng hơn, hoặc cải thiện anh ta theo bất kỳ cách nào, khi ăn chay vào ban ngày và tiệc tùng vào ban đêm; để áp đặt một sự sám hối lên cơ thể anh ta, điều này có thể giúp cải thiện tâm trí anh ta không?

95. Để hình thành nền tảng nhân cách đạo đức ở trẻ em, chúng ta phải tuân thủ những điều sau đây:—

Chúng ta phải đặt ra trước mắt trẻ những nhiệm vụ mà chúng phải thực hiện, trong khả năng chúng có thể làm, bằng những ví dụ và quy tắc. Những nhiệm vụ mà một đứa trẻ phải hoàn thành chỉ là những nhiệm vụ chung đối với bản thân và đối với người khác. Những nhiệm vụ này phải là kết quả tự nhiên của loại câu hỏi liên quan. Do đó, chúng ta phải xem xét kỹ hơn:—

(1) Bổn phận của đứa trẻ đối với bản thân mình.—Những bổn phận này không bao gồm việc mặc quần áo đẹp, ăn những bữa tối xa hoa, v.v.., mặc dù thức ăn của nó phải ngon và quần áo của nó phải gọn gàng. Chúng không bao gồm việc tìm cách thỏa mãn những ham muốn và khuynh hướng của nó; vì ngược lại, nó phải rất tiết độ và kiêng khem. Nhưng chúng bao gồm việc nó ý thức rằng con người sở hữu một phẩm giá nhất định, điều này làm cho nó cao quý hơn mọi sinh vật khác, và rằng nó có bổn phận phải hành động sao cho không vi phạm phẩm giá này của loài người trong chính con người mình. Ví dụ, chúng ta đang hành động trái với phẩm giá của con người khi chúng uống rượu, hoặc phạm tội trái tự nhiên, hoặc thực hành đủ loại điều bất thường, v.v.., tất cả những điều đó đều đặt con người xuống thấp hơn nhiều so với động vật. Hơn nữa, sự khúm núm trong cách cư xử với người khác; luôn luôn khen ngợi, để bằng cách cư xử bất xứng như vậy nhằm lấy lòng người khác, như ta vẫn nghĩ như vậy—nhưng tất cả những điều này đều đi ngược lại với phẩm giá của con người.

Chúng ta có thể dễ dàng tìm thấy những cơ hội để khiến trẻ em ý thức được phẩm giá của con người, ngay cả trong chính con người của chúng. Chẳng hạn, trong trường hợp ăn ở bẩn thỉu, điều này ít nhất là không phù hợp với nhân loại. Nhưng thực ra, chinh vì việc nói dối, trẻ em mới hạ thấp phẩm giá của mình xuống thấp hơn phẩm giá của con người, vì để nói dối ắt phải suy nghĩ về điều nói dối và truyền đạt suy nghĩ đó cho người khác. Nói dối khiến một người trở thành đối tượng của sự khinh miệt chung, và là phương tiện tước đi sự tôn trọng và lòng tin vào bản thân mà mọi người nên có.

(2) Bổn phận của trẻ em đối với người khác.— Trẻ em nên học cách tôn kính và tôn trọng quyền của người khác từ sớm, và chúng ta phải cẩn thận để thấy rằng sự tôn kính này được thể hiện trong hành động của trẻ. Ví dụ, nếu một đứa trẻ gặp một đứa trẻ nghèo khác và đẩy đứa trẻ đó ra một cách thô lỗ, hoặc đánh nó, v.v.., chúng ta không được nói với kẻ hung hăng rằng, 'Đừng làm thế, mi sẽ làm tổn thương nó; mi nên thương hại, nó là một đứa trẻ nghèo,' v.v... Nhưng chúng ta phải đối xử với nó theo cách kiêu căng mà nó đã đối xử với kẻ khác, bởi vì hành vi của nó trái với quyền của con người. Nói một cách đúng đắn, trẻ em vẫn chưa có ý niệm gì về sự hào phóng. Ví dụ, chúng ta có thể nhận thấy rằng khi cha mẹ bảo

một đứa trẻ chia sẻ miếng bánh mì phết bơ của mình với người khác mà không hứa sẽ chia thêm miếng thứ hai cho nó, thì đứa trẻ hoặc là từ chối tuân theo, hoặc là miễn cưỡng tuân theo. Hơn nữa, nói với một đứa trẻ về sự hào phóng là vô ích, vì nó chưa đủ khả năng để trở thành rộng rãi.

96. Nhiều tác giả—ví dụ như Crugott—hoặc đã bỏ sót hoàn toàn, hoặc giải thích sai, chương đạo đức dạy về bổn phận của chúng ta đối với chính mình. Như đã nói, bổn phận của chúng ta đối với chính mình bao gồm, mỗi người trong chính con người mình, bảo vệ phẩm giá của nhân loại. Một người sẽ chỉ tự trách mình nếu y có ý niệm về nhân loại trước mắt. Trong ý niệm này, y tìm thấy một bản gốc, để so sánh với chính mình. Nhưng khi tuổi tác tăng lên, thì đó là giai đoạn quan trọng mà chỉ riêng ý niệm về phẩm giá của con người sẽ đủ để giữ cho người thanh niên trong giới hạn. Nhưng thanh niên phải có một số gợi ý kịp thời giúp anh ta biết điều gì anh ta nên chấp thuận và điều gì anh ta nên ngờ vực.

97. Hầu như tất cả các trường học của chúng ta đều thiếu một thứ gì đó mà dù sao cũng có xu hướng rất lớn đến việc hình thành tính ngay thẳng ở trẻ em—đó là giáo lý về hành vi đúng đắn. Giáo lý này phải bao gồm, theo hình thức phổ biến, những câu hỏi hàng ngày về đúng và sai. Ví dụ, một người có một khoản nợ nào đó phải trả ngày hôm nay, nhưng anh ta thấy một người khác đang rất cần, và, động lòng thương hại, đã đưa cho người đó số tiền mà lẽ ra phải thuộc về chủ nợ của anh ta. Điều này đúng hay sai?

Điều đó là sai, vì chúng ta phải không bị rang buộc bởi nghĩa vụ trước khi có thể rộng lượng. Khi chúng ta bố thí, chúng ta làm một hành động có công đức; nhưng khi trả nợ, chúng ta làm những gì chúng ta phải làm.

Một lần nữa, một lời nói dối có bao giờ có thể được biện minh bằng sự cần thiết không? Không, không có trường hợp nào mà lời nói dối có thể được biện minh. Nếu quy tắc này không được tuân thủ nghiêm ngặt, trẻ em đặc biệt sẽ lấy lý do nhỏ nhất cho sự cần thiết, và rất thường xuyên cho phép mình nói dối. Nếu có một cuốn sách như thế này, một giờ mỗi ngày có thể rất có ích để dành ra nghiên cứu nó, để trẻ em có thể học và ghi nhớ những bài học về cách cư xử đúng đắn—con ngươi của Chúa trên trái đất.

98. Về nghĩa vụ từ thiện, đó không phải là nghĩa vụ tuyệt đối. Chúng ta phải khơi dậy sự đồng cảm của trẻ em, không nên quá cảm thông với nỗi buồn của người khác mà để ý thức được nghĩa vụ giúp đỡ họ. Trẻ em không nên có tràn đầy cảm xúc mà phải có tràn đầy ý niệm về bổn phận. Quả thực, có nhiều người đã trở nên cứng lòng, dù họ từng rất thương người, vì đã quá thường xuyên bị lừa dối. Thật vô ích khi chỉ ra cho trẻ em mặt tích cực đáng khen thưởng của hành động từ thiện. Các giáo sư tôn giáo thường mắc sai lầm khi cho rằng những hành động nhân từ là có công mà không thấy rằng tất cả những gì chúng ta có thể làm cho Chúa chỉ là làm những gì chúng ta buộc phải làm; và khi làm điều tốt cho người nghèo, chúng ta chỉ đang làm bổn phận của mình. Bởi vì sự bất bình đẳng của con người chỉ nảy sinh từ những hoàn cảnh ngẫu nhiên—nếu tôi sở hữu của cải, thì nhờ vào đâu mà tôi có được của cải đó, nếu không phải do tôi nắm được những hoàn cảnh thuận lợi, cũng giống như những người đi trước tôi?—trong khi việc xem xét tổng thể của chúng ta vẫn như cũ.

99. Chúng ta chỉ khơi dậy lòng đố kỵ ở trẻ con bằng cách bảo chúng so sánh giá trị của chúng với giá trị của người khác. Thay vào đó, chúng nên so sánh bản thân với một khái niệm về lẽ phải của mình. Vì sự khiêm nhường thực sự không gì khác hơn là so sánh giá trị của chúng ta với tiêu chuẩn của sự hoàn thiện về mặt đạo đức. Vì vậy, ví dụ, tôn giáo Cơ đốc khiến mọi người khiêm nhường, không phải bằng cách rao giảng về sự khiêm nhường, mà bằng cách dạy họ so sánh bản thân với khuôn mẫu hoàn thiện cao nhất. Thật vô lý khi coi sự khiêm nhường là sự hạ thấp bản thân. 'Hãy xem đứa trẻ này cư xử như thế nào!' Một câu cảm thán như thế này chỉ tạo ra một cách suy nghĩ rất thấp kém; vì nếu một người ước tính giá trị của mình bằng giá trị của người khác, thì anh ta hoặc là cố gắng nâng mình lên cao hơn người khác, hoặc hạ thấp giá trị của người khác. Nhưng điều cuối cùng này là sự đố kỵ. Khi đó, chúng ta chỉ tìm cách đổ lỗi cho người khác để có thể so sánh thuận lợi với họ. Do đó, tinh thần ganh đua, nếu áp dụng sai cách, chỉ khơi dậy lòng đố kỵ. Sự bắt chước đôi khi có thể được sử dụng cho mục đích tốt, chẳng hạn như khi chúng ta nói với một đứa trẻ, để thuyết phục nó về khả năng thực hiện một nhiệm vụ nào đó, rằng những người khác có thể dễ dàng làm được. Chúng ta không được phép để một đứa trẻ làm nhục một đứa trẻ khác. Chúng ta phải tìm cách tránh mọi hình thức kiêu ngạo dựa trên sự vượt trội về vận may. Đồng thời, chúng ta phải tìm cách vun đắp sự thẳng thắn ở đứa trẻ. Đây là sự tự tin khiêm tốn vào bản thân, sở hữu sự tự tin này đặt đứa trẻ vào vị thế thể hiện tài năng của mình theo cách phù hợp. Sự tự tin này phải được phân biệt với sự hỗn láo, thực chất là sự thờ ơ với sự phán xét của người khác.

100. Mọi ham muốn của con người đều hoặc là hình thức (liên quan đến tự do và quyền lực), hoặc vật chất (đặt vào một đối tượng nào đó)—tức là, hoặc ham muốn điều tưởng tượng hoặc hưởng thụ—hoặc, cuối cùng, ham muốn sự tiếp tục của hai điều này như là các yếu tố của hạnh phúc. Ham muốn loại thứ nhất là ham muốn danh vọng (tham vọng), ham muốn quyền lực và ham muốn sở hữu. Ham muốn loại thứ hai là sự đam mê tình dục (sự khoái lạc), hưởng thụ những điều tốt đẹp (sống tốt), hoặc hưởng thụ giao tiếp xã hội (yêu thích giải trí).

uối cùng, những ham muốn loại thứ ba là tình yêu cuộc sống, tình yêu sức khỏe và tình yêu sự dễ dàng (không phải lo lắng về tương lai).

Tật xấu có thể là sự độc ác, đê tiện hoặc hẹp hòi.

Loại thứ nhất là đố kỵ, vô ơn và vui mừng trước sự bất hạnh của người khác. Loại thứ hai là bất công, không chung thủy (lừa dối), trụy lạc—và điều này trong việc phung phí của cải cũng như sức khỏe (không điều độ) và danh dự.

Loại thứ ba là thói vô tâm, keo kiệt và lười biếng (nhu nhược).

101. Đức hạnh là đức hạnh vì phẩm chất xứng đáng hoặc chỉ đơn thuần là nghĩa vụ hoặc sự vô tội. Điều đầu tiên thuộc về lòng cao thượng (thể hiện trong sự tự thắng khi giận dữ hoặc khi bị cám dỗ bởi sự thoải mái và ham muốn chiếm hữu), lòng nhân từ và sự tự chủ. Điều thứ hai thuộc về sự trung thực, đúng mực, hòa bình; và cuối cùng, đến điều thứ ba, thuộc về danh dự, khiêm tốn và hài lòng [với cái mình có].

102. Nhưng về bản chất con người là tốt hay xấu về mặt đạo đức? Con người không tốt cũng không xấu, vì về bản chất con người không phải là một sinh vật đạo đức. Tuy thế, ta có thể nói rằng có một khuynh hướng tự nhiên nghiêng về mọi tật xấu, vì con người có cả khuynh hướng và bản năng thúc đẩy nó đi theo con đường ấy, trong khi lý trí lại hướng dẫn y đi theo đường khác. Con người chỉ có thể trở thành tốt về mặt đạo đức nhờ vào đức hạnh—nghĩa là, nhờ vào sự tự chế—dù rằng y có thể được xem là vô tội khi những khuynh hướng độc hại vẫn còn ngủ yên.

Phần lớn những thói xấu nảy sinh theo cách này, nền văn minh có ảnh hưởng thô bạo đến Thiên nhiên; tuy nhiên định mệnh của chúng ta với tư cách là con người là thoát ra khỏi trạng thái tự nhiên là động vật. Nghệ thuật hoàn hảo trở thành bản chất thứ hai.

103. Mọi việc trong giáo dục đều phụ thuộc vào việc thiết lập những nguyên tắc đúng đắn và dẫn dắt trẻ em hiểu và chấp nhận những nguyên tắc đó. Trẻ em phải học cách thay thế những gì đáng ghét bằng sự ghê tởm và lố bịch, bằng sự căm ghét; bằng nỗi sợ lương tâm của chính họ, vì sợ bị trừng phạt bởi người và trời; nằng lòng tự trọng và phẩm giá nội tại đối với sự đánh giá của người khác; bằng giá trị nội tại của hành động, đối với lời nói và xúc động đơn thuần; bằng sự hiểu biết, để cảm nhận; và bằng sự vui vẻ và lòng đạo đức với sự thể dịch tốt,[1] giúpcho tâm tính buồn rầu ủ rũ, rụt rè và u ám.

Nhưng trên hết, chúng ta phải ngăn trẻ em đánh giá vận may (merita fortunae)[2]quá cao.

104. Khi xem xét việc giáo dục trẻ em về tôn giáo, câu hỏi đầu tiên được đặt ra là liệu việc truyền đạt những ý tưởng tôn giáo cho trẻ em ngay từ đầu đời có khả thi hay không. Về điểm này nhiều điều đã được viết trong các tác phẩm giáo dục. Những ý tưởng tôn giáo luôn bao hàm một lý thuyết thần học; và làm sao người trẻ có thể được dạy thần học khi họ chưa biết chính mình, chứ đừng nói đến thế giới? Liệu người trẻ chưa biết gì về bổn phận có đủ điều kiện để hiểu được bổn phận trực tiếp đối với Thiên Chúa không? Điều này chắc chắn là, nếu xảy ra

---

[1] Y khoa thời Trung cổ cho đến thời tiền-hiện đại tin rằng cơ thể con người có bốn loại thể dịch: máu, mật vàng, mật đen, và đàm. Những thể dịch này có ảnh hưởng đến tâm tính của con người (theo: https://becker.wustl.edu/news/humors-and-you/). [ND].

[2] Merita fortunae là một thành ngữ Latinh có nghĩa là vận may đến với người dũng càm.

trường hợp trẻ em không bao giờ được chứng kiến một hành động tôn kính nào đối với Chúa, thậm chí không bao giờ được nghe danh Chúa nói ra, thì có lẽ điều đúng đắn là phải dạy chúng trước tiên về mục đích và mục đích cũng như những gì liên quan đến nhân loại; để mài giũa khả năng phán đoán của họ; hướng dẫn họ về trật tự và vẻ đẹp của các công trình của Thiên nhiên; sau đó bổ sung thêm kiến thức rộng hơn về cấu trúc của vũ trụ; và khi đó chỉ có thể lần đầu tiên họ mới được tiết lộ cho họ ý tưởng về một Đấng Tối cao-Đấng ban hành Luật. Nhưng vì phương thức này là không thể, theo điều kiện hiện tại của xã hội, và chúng ta không thể ngăn cản trẻ em nghe đến danh Chúa và nhìn thấy những dấu hiệu về lòng sùng kính của con người đối với Ngài; nếu chúng ta chỉ dạy chúng điều gì đó về Chúa khi chúng lớn lên thì kết quả sẽ là sự thờ ơ hoặc những ý tưởng sai lầm —chẳng hạn như nỗi khiếp sợ về quyền năng của Chúa. Vì vậy, người ta lo ngại rằng những ý tưởng như vậy có thể tồn tại trong trí tưởng tượng của trẻ, để tránh điều đó, chúng ta nên sớm tìm cách truyền đạt những ý tưởng tôn giáo cho trẻ. Nhưng sự hướng dẫn này không được chỉ là công việc của trí nhớ và sự bắt chước; con đường đã chọn phải luôn phù hợp với Tự nhiên. Trẻ em sẽ hiểu—nếu không có những ý tưởng trừu tượng về nghĩa vụ, bổn phận, hành vi tốt và xấu—rằng có một quy luật về nghĩa vụ không giống như sự thoải mái, tiện ích hoặc những cân nhắc khác cùng loại, mà là một cái gì đó phổ quát, vốn không bị chi phối bởi tính thất thường của con người. Tuy nhiên, bản thân giáo viên phải hình thành ý tưởng này.

Đầu tiên chúng ta phải gán mọi thứ cho Thiên nhiên, và sau đó gán Thiên nhiên cho Chúa; Chẳng hạn, lúc đầu cho thấy mọi thứ được sắp xếp như thế nào để bảo tồn muôn loài và trạng thái cân bằng của chúng, nhưng đồng thời cũng cân nhắc về lâu dài đối với con người để nó có thể đạt được hạnh phúc.

Ý tưởng về Chúa trước tiên có thể được dạy bằng cách so sánh với ý tưởng của một người cha mà chúng ta được chăm sóc, và bằng cách này, chúng ta có thể chỉ ra cho đứa trẻ một cách thuận lợi về sự đoàn kết của con người được đại diện bởi một gia đình.

105. Vậy thì tôn giáo là gì? Tôn giáo là luật trong chúng ta, trong chừng mực nó được chú trọng bởi Người Ban hành Luật và Người Phán xét ở trên chúng ta. Đó là đạo đức được áp dụng cho sự hiểu biết về Thiên Chúa. Nếu tôn giáo không thống nhất với đạo đức thì nó chỉ trở thành một nỗ lực để giành được ân huệ. Hát thánh ca, cầu nguyện và đi nhà thờ chỉ nên mang lại cho con người sức mạnh mới, lòng dũng cảm mới để tiến lên; hoặc chúng phải là lời nói của một trái tim được truyền cảm hứng từ ý tưởng về nghĩa vụ. Chúng chỉ là sự chuẩn bị cho những việc tốt chứ không phải bản thân những việc làm đó; và cách thực sự duy nhất mà chúng ta có thể làm hài lòng Chúa là trở thành những người tốt hơn.

Khi dạy dỗ một đứa trẻ, trước tiên chúng ta phải bắt đầu từ quy luật có sẵn trong trẻ. Một người xấu xa thì đáng khinh [ngay cả]ối với chính anh ta, và sự khinh thường này là bẩm sinh, và không phát xuất ngay từ đầu vì Chúa đã cấm thói xấu; vì không nhất thiết người ban hành luật phải là tác giả của luật. Ví dụ, một ông hoàng có thể cấm trộm cắp ở đất nước của mình mà không bị gọi là người đầu tiên cấm trộm cắp. Từ đó, con người học cách hiểu rằng chỉ có cuộc sống tốt đẹp mới khiến mình xứng đáng được hạnh phúc. Đồng thời, luật thánh phải được công nhận là luật của Thiên nhiên, vì nó không mang tính tùy tiện. Do đó tôn giáo thuộc về mọi đạo đức.

Tuy nhiên, chúng ta không được bắt đầu với thần học. Tôn giáo mà chỉ dựa trên thần học không bao giờ có thể chứa đựng bất cứ điều gì về đạo đức. Do đó, chúng ta không có cảm giác nào khác từ tôn giáo ngoài sự hoặc là sợ hãi, hoặc hy vọng được khen thưởng, và điều này chỉ tạo ra một sự sùng bái mê tín. Vậy thì đạo đức phải đặt lên hàng đầu và thần học theo sau; và đó là tôn giáo.

106. Quy luật bên trong chúng ta được gọi là lương tâm. Lương tâm, nói một cách chính xác, là việc áp dụng hành động của chúng ta theo quy luật này. Những lời khiển trách của lương tâm sẽ không có tác dụng nếu chúng ta không coi nó là đại diện của Thiên Chúa, Đấng mà—trong khi Ngài đã lập tòa án đối với chúng ta—cũng đã thiết lập một tòa án bên trong chúng ta. Nếu tôn giáo không được thêm vào lương tâm đạo đức thì nó không có tác dụng gì. Tôn giáo không có lương tâm đạo đức là phục vụ mê tín dị đoan. Con người sẽ hầu việc Đức Chúa Trời bằng cách ca ngợi Ngài, tôn kính quyền năng và sự khôn ngoan của Ngài mà không cần nghĩ đến cách thực hiện luật pháp thiêng liêng; ngay cả khi không biết và tìm kiếm quyền năng, trí tuệ của Ngài, v.v. Những bài thánh ca này là liều thuốc phiện cho lương tâm của những người như vậy, và là chiếc gối để lương tâm có thể ngủ yên.

107. Trẻ em không thể hiểu hết mọi tư tưởng tôn giáo, nếu không có một số điều chúng ta phải dạy chúng; tuy nhiên, những điều này mang tính chất tiêu cực hơn là tích cực. Để trẻ đọc thuộc lòng công thức cũng chẳng ích gì; nó chỉ tạo ra một quan niệm sai lầm về lòng mộ đạo. Cách tôn vinh Thiên Chúa đích thực bao gồm việc hành động phù hợp với ý muốn của Ngài, và đây là điều chúng ta phải dạy trẻ em làm. Chúng ta phải bảo đảm rằng danh của Thiên Chúa không thường xuyên bị vô cớ và tuỳ tiện kêu lên, và điều này đối với chính chúng ta cũng như trẻ em. Nếu chúng ta dùng danh Chúa để chúc mừng bạn bè—thậm chí với mục đích sùng đạo—thì đây cũng là lạm dụng thánh danh. Ý tưởng về Chúa phải khiến mọi người tôn kính mỗi khi họ nghe danh Ngài được xướng lên. Và nó nên được phát âm nhưng hiếm khi và không bao giờ nhẹ nhàng. Đứa trẻ phải học cách tôn kính Thiên Chúa, là Chúa của sự sống và của toàn thế giới; hơn nữa, với tư cách là Đấng quan tâm đến con người và cuối cùng là Người Phán xéta họ. Chúng ta được biết về Newton rằng ông không bao giờ gọi tên Chúa mà không dừng lại một lúc và suy ngẫm về điều đó.

108. Qua sự giải thích kết hợp các ý tưởng về Thiên Chúa và về bổn phận, trẻ em học được cách tốt nhất để tôn trọng sự chăm sóc của Thiên Chúa đối với các tạo vật, và do đó sẽ tránh được khuynh hướng hủy diệt và tàn ác, điều mà chúng ta thường thấy trong việc trẻ con tra tấn những con vật nhỏ. Đồng thời chúng ta nên dạy trẻ khám phá cái thiện trong cái ác. Chẳng hạn, thú săn mồi và côn trùng là những hình mẫu của sự sạch sẽ và siêng năng; cũng vậy, kẻ ác là lời cảnh cáo để tuân theo pháp luật; và các loài chim, bằng cách

109. Vậy chúng ta phải cho trẻ em một số ý tưởng về Đấng Tối Cao, để khi chúng thấy người khác cầu nguyện, v.v., chúng có thể biết mình đang cầu nguyện với ai và tại sao. Nhưng những ý tưởng này phải rất ít về số lượng, và như đã nói, chỉ mang tính tiêu cực. Chúng ta phải bắt đầu truyền đạt những ý tưởng này từ khi trẻ còn nhỏ, đồng thời cẩn thận để chúng không đánh giá con người theo những tuân thủ tôn giáo của họ, vì, bất chấp sự đa dạng của các tôn giáo, tôn giáo ở mọi nơi đều giống nhau.

110. Ở đây, để kết luận, chúng tôi sẽ thêm một số nhận xét mà giới trẻ cần đặc biệt lưu ý khi bước vào những năm đầu tuổi trưởng thành. Vào thời điểm này, thanh niên bắt đầu nhận thấy những khác biệt nhất định mà trước đây họ không thấy. Đầu tiên là sự phân biệt giới tính. Thiên nhiên đã giăng ra một bức màn bí mật nhất định về chủ đề này, như thể nó là một thứ gì đó không phù hợp với con người và chỉ là một nhu cầu động vật ở con người. Tuy nhiên, thiên nhiên đã tìm cách hợp nhất nó, càng nhiều càng tốt, với mọi loại đạo đức. Ngay cả những quốc gia man rợ cũng cư xử với vẻ xấu hổ và dè dặt trong vấn đề này. Trẻ em thỉnh thoảng hỏi những câu hỏi tò mò; chẳng hạn: 'Trẻ em đến từ đâu?' vân vân. Tuy nhiên, chúng dễ dàng hài lòng khi nhận được một câu trả lời vô lý chẳng có ý nghĩa gì hoặc khi được bảo rằng đây là những câu hỏi trẻ con.

Những khuynh hướng này phát triển một cách máy móc ở tuổi trẻ, và cũng như mọi bản năng, ngay cả khi không có kiến thức về một đối tượng cụ thể. Vì vậy không thể giữ tuổi trẻ trong sự ngu dốt và sự ngây thơ vốn thuộc về sự thiếu hiểu biết. Bằng cách im lặng, cái ác chỉ tăng lên. Chúng ta thấy điều này trong nền giáo dục của tổ tiên chúng ta. Trong nền giáo dục ngày nay, người ta thừa nhận một cách đúng đắn rằng chúng ta phải nói chuyện một cách cởi mở, rõ ràng và dứt khoát với giới trẻ. Chúng ta phải thừa nhận rằng đó là một điểm tế nhị, nên chúng ta không thể coi nó như một chủ đề để trò chuyện cởi mở; nhưng nếu chúng ta đồng cảm với những thôi thúc mới của tuổi trẻ, thì mọi việc sẽ diễn ra tốt đẹp.

Tuổi mười ba hoặc mười bốn thường là thời điểm cảm giác về tình dục phát triển ở tuổi trẻ. (Khi điều đó xảy ra sớm hơn là do trẻ em đã bị dẫn đi lạc lối và hư hỏng do những gương xấu.) Khi đó, phán đoán của chúng cũng đã được hình thành, và vào khoảng thời gian này Thiên nhiên đã chuẩn bị cho chúng ta thảo luận về vấn đề này với chúng.

111. Không có gì làm suy yếu tâm trí cũng như cơ thể nhiều bằng loại dục vọng hướng về bản thân, và nó hoàn toàn trái ngược với bản chất của con người. Nhưng điều này cũng không được giấu giếm giới trẻ. Chúng ta phải đặt nó trước mặt anh ta với tất cả sự khủng khiếp của nó, nói với anh ta rằng bằng cách này anh ta sẽ trở nên vô dụng cho việc truyền giống nòi, rằng sức mạnh cơ thể của anh ta sẽ bị hủy hoại bởi tật xấu này hơn bất cứ điều gì khác, rằng anh ta sẽ tự chuốc lấy mình với tuổi già sớm, và trí tuệ của anh ta cùng những thứ khác sẽ bị suy yếu.

Chúng ta có thể thoát khỏi những xung động này bằng cách thường xuyên giữ cho mình bận rộn và bằng cách không dùng quá nhiều thời giờ để lên gường và ngủ hơn mức cần thiết. Thông qua sự bận tâm liên tục này, chúng ta có thể xua đuổi mọi suy nghĩ như vậy khỏi tâm trí mình, vì ngay cả khi đối tượng đó chỉ còn trong trí tưởng tượng của chúng ta thì nó cũng ăn mòn sức sống của chúng ta. Nếu chúng ta hướng thiên hướng của mình về phía người khác giới thì ít nhất cũng có những trở ngại nhất định trên đường đi; Tuy nhiên, nếu chúng hướng về phía chúng ta, chúng ta có thể thỏa mãn chúng bất cứ lúc nào. Hậu quả về mặt vật chất là vô cùng đau đớn, nhưng hậu quả về mặt đạo đức còn nặng nề hơn.

Ở đây, các giới hạn của Thiên nhiên đã bị vượt quá và xu hướng này không ngừng trỗi dậy vì không thể có được sự thỏa mãn thực sự. Các giáo viên của thanh niên đã trưởng thành đặt ra câu hỏi liệu thanh niên có được phép quan hệ tình dục với người khác giới hay không? Nếu phải chọn một trong hai thứ thì chắc chắn cái này tốt hơn cái kia. Trước đây anh ta hành động chống lại Thiên nhiên; ở phần sau thì không. Thiên nhiên đã kêu gọi anh ta trở thành một người đàn ông ngay khi anh ta trưởng thành và sinh sản cho đồng loại của mình; Tuy nhiên, những yêu cầu tồn tại đối với con người trong một cộng đồng văn minh khiến anh ta đôi khi không thể kết hôn và giáo dục con cái vào thời kỳ đó. Ở đây anh ta sẽ vi phạm trật tự xã hội. Đó là cách tốt nhất—thực ra, đó là nghĩa vụ của chàng trai trẻ —là đợi cho đến khi anh ta đủ điều kiện để kết hôn. Khi đó anh ta hành động không chỉ với tư cách là một người đàn ông tốt mà còn là một công dân tốt.

Người trẻ nên học sớm để có sự tôn trọng đúng mức đối với người khác giới; để có được sự tôn trọng của họ bằng một hoạt động không có thói xấu; và do đó phấn đấu nhằm đạt được giải thưởng cao quý là một cuộc hôn nhân hạnh phúc.

112. Sự khác biệt thứ hai mà tuổi trẻ bắt đầu nhận thức khi chuẩn bị vào đời gồm có kiến thức về sự phân biệt giai cấp và sự bất bình đẳng của con người. Khi còn là một đứa trẻ nó không được phép chú ý đền điều này. Nó cũng không được phép sai khiến người làm. Nếu đứa trẻ thấy cha mẹ nó sai bảo người làm, thì họ phải nói với nó rằng: 'Cha mẹ trả lương cho họ, và vì thế họ phải vâng lời cha mẹ—con không có trả lương cho họ, và ì thế họ không cần phải nghe lời con.' Thực ra, trẻ con, tự chúng, sẽ không biết gì về sự phân biệt này, nếu không vì cha mẹ chúng đã dạy chúng cái ý niệm sai lầm đó.. Người thanh niên nên được dạy cho biết sự bất bình đẳng của con người là một định chế đã nảy sinh ra từ câu chuyện của một con người đang nỗ lực tìm cách chiếm tiện nghi hơn người khác. Ý thức về sự bất bình đẳng của con người, cùng với sự bất bình đẳng dân sự có thể được dạy cho trẻ con từng chút một.

113. Chúng ta phải làm cho người trẻ biết quý trọng mình một cách tuyệt đối chứ không phải so sánh với người khác. Việc người khác đánh giá cao những gì không tạo nên giá trị đích thực của con người, thì đó chỉ là danh hão. Hơn nữa, chúng ta phải dạy người trẻ tận tâm trong mọi việc, và không chỉ tỏ ra như vậy mà còn cố gắng để làm được như vậy. Chúng ta cũng phải làm cho người trẻ lưu ý rằng dù họ có cân nhắc kỹ lưỡng về một giải pháp thì nó vẫn là một giải pháp trống rỗng [nếu không được thực hiện]. Thay vì thế, tốt hơn hết là không nên nghĩ đến một giải pháp nào cả, và cứ để vấn đề đó ở trạng thái nghi ngờ. Người trẻ phải được dạy về sự hài lòng đối với hoàn cảnh bên ngoài và sự kiên nhẫn trong công việc—Chịu đựng và Tiết chế—tiết độ trong những thú vui. Nếu chúng ta không luôn nghĩ đến thú vui mà kiên nhẫn trong công việc thì chúng ta sẽ trở thành những thành viên có ích cho cộng đồng và tránh được sự buồn chán.

Một lần nữa, chúng ta phải khuyến khích giới trẻ—

(1) Vui vẻ và hài hước. Sự vui vẻ nảy sinh từ việc không có gì để chê trách bản thân.

(2) Bình tĩnh. Bằng kỷ luật tự giác, người ta có thể rèn luyện bản thân để trở thành một người bạn đồng hành vui vẻ trong xã hội.

(3) Luôn coi nhiều việc là nhiệm vụ. Chúng ta phải coi một hành động là xứng đáng, không phải vì nó phù hợp với khuynh hướng của chúng ta, mà vì khi thực hiện nó, chúng ta hoàn thành nghĩa vụ của mình.

(4) Yêu thương người khác, cũng như tình cảm mở rộng theo chủ nghĩa quốc tế. Trong tâm trí chúng ta đã có sẵn một điều gì đó khiến chúng ta quan tâm (a) đến bản thân của mình, (b) đến những người cùng lớn lên với chúng ta, và (c) cũng nên quan tâm đến sự tiến bộ của thế giới. Trẻ em cần được làm quen với mối quan tâm này để chúng có thể mang lại sự ấm áp cho tâm hồn. Trẻ em nên học cách vui mừng

trước sự tiến bộ của thế giới, mặc dù điều đó chẳng đem lại lợi ích gì cho cá nhân hay cho quốc gia của y.

(5) Chuẩn bị những kho dự trữ nho nhỏ để tận hưởng những điều tốt đẹp mà cuộc sống mang lại. Nỗi sợ hãi cái chết của trẻ con khi đó sẽ biến mất—chúng ta phải chỉ ra cho giới trẻ rằng sự mong đợi có được niềm vui sẽ không xảy ra khi nó được hoàn thành.

Cuối cùng, bằng cách chỉ ra sự cần thiết của việc "tính sổ" hàng ngày với chính mình, để đến cuối đời, anh ta có thể ước tính giá trị của cuộc đời mình.■

www.ingramcontent.com/pod-product-compliance
Lightning Source LLC
LaVergne TN
LVHW040445051026
849517LV00002B/757
* 9 7 9 8 3 4 8 5 2 6 2 1 4 *